INKURU Z'URUKUNDO ZA NSEKO AIMABLE

Novel by J Hakizimana

GUSHIMIRA

Ndashimira abantu bose bamfashije kugira ngo mbashe kwitegura no kwandika aka gatabo.

Ndasimira kandi namwe mwese muzagasoma. Mwese mwese IMANA ibahe umugisha.

IBIRIMO

IRIBURIRO

Agatabo "Inkuru z'urukundo za Nseko Aimable?" kanditswe na Joseph Hakizimana Theo. Ni kamwe mu ruhererekane rw'udutabo **"Imitoma y'Urukundo mu Kinyarwanda"**

Gakubiyemo inkuru z'urukundo z'umusore Nseko Aimable wagerageje gukundana n'abakobwa benshi, ariko bose bikarangira nabi ku buryo yageze aho azibukira. Yatinyaga ko bishobora kumuviramo ibyago.

Nseko ni umusore mwiza haba ku mutima cyangwa se ku mubiri. Ni umusore utanga inama kandi ucisha make.

Igice cya mbere cy'aka gatabo; kigizwe n'intangiro: uku namenyanye na Nseko Aimable n'ukuntu nabaye inshuti y'umuryango.

Igice cya kabiri kirimo inkuru za Nseko, ambwira we ubwe uko byamugendekeye mu rukuundo yagiranye n'abakobwa batandukanye.

Ni inkuru zibabaje. Niyo mpamvu mburira abasomyi kwitonda cyane cyane abagira amarira hafi. Kuko ushobora kugasoma ukakarangiza amarira yashotse.

1 INTANGIRIRO

Uko nahuye na Nseko Aimable

Hari ku cyumweru, mukuru wanjye Kabanda wari utuye mu Nyakabanda hafi ya Cafe[1], yari yagize umunsi mukuru w'amavuko. Yari yatumiye inshuti zacu zose, twahahuriye turi benshi; twishimye tubyina, duseka, mbese ibirori byari byaryoshye cyane.

Hari umukobwa witwaga Solange w'inshuti yanjye, nawe twahuriye muri ibyo birori. Twari twabyinanye cyane, igihe kinini tutaruhuka, ariko ngeze aho numva ndarushye, musaba kuruhuka. Kubera ko nawe yari arushye, yahise amfata akaboko arankurura tujya kwicara mu ntebe y'idiva yari hafi y'aho twabyiniraga. Twasanzemo umusore wicaye wenyine wari umeze nk'uwigunze. Ntitwamwitaho; twaramusuhuje gusa ubundi twicara iruhande rwe, dutangira kuganira.

Hashize akanya gato; Solange anyibutsa agatabo yari yambonanye kare, akansaba ngo nkamutiza agasome, ariko kubera kuba muri rwinshi, nta mwanya yabonye wo kukareba. Ubwo yasaga nk'aho ari bwo abonye umwanya wo kukareba.

1

Nafashe agakapu gato nari mpetse, maze nkakuramo, ndakamuhereza, nuko atangira kugasoma ahereye ku ruhande rw'inyuma. Hari handitse amagambo kandi hariho n'ifoto ngufi[1]. Solange akibona ya foto yahise yiyamira abonye ari ifoto yanjye.

Wa musore yateyeho ijisho ariko ntiyatwakura[2]. Hashize nk'iminota itanu, Solange arasohoka. Dusigara turi babiri mu ntebe njye na wa musore. Uwo musore yari afite amatsiko menshi nuko atangira kumvugisha, n'ubundi yari yabuze aho aduhera atwinjirira mu biganiro.

Yarabanje ambwira amazina ye, ati: '*nitwa Nseko Aimable.*' Nuko ansaba ko nawe mutiza ka gatabo. Akigafata yahise yihuta ajya kureba kuri rwa ruhande rw'inyuma ahari hari ifoto, arayitegereza mbona arahindukiye aranyitegereza mu maso. Maze mbona azamuye umutwe yemeza. Ambaza niba ndi umwanditsi. Ati: "*Wakantije nkagasoma?*

Musubiza ko agatabo katararangira, ariko nikarangira nzakamutiza akagasoma.

Yagasomye mu ncamake yari yanditseho inyuma, maze imutera amatsiko. Ni cyo cyatumye anyinginga ngo agatware ajye kugasoma yitonze.

---

[1] Ifoto ngufi nka zimwe bashyira ku byangombwa.
[2] ntiyatuvugisha

2

Ako gatabo kari kanditsemo inkuru y'umugore mwiza cyane wakundwaga n'abantu bose kandi nawe akabakira bose, nyuma yaje kurongorwa n'umuzungu babyarana umwana umwe. Nyuma umugore utugeso[1] yajya agira mbere, tumunanira kwihishira, abyara undi wa kabiri ku wundi mugabo, bimuviramo kwisenyera urugo rwe. Ntibyatinze kuko na ba bana batari bahuje se byaje kubaviramo inzigo ikomeye, baricana barashira.

Ibyo yabisomaga ari mu ncamake ariko igihe kimubana gito kuko Solange yahise agaruka. Maze wa musore ambaza aho yazambona kugira ngo antire ka gatabo abashe kuba yagasoma, akarangize. Nuko muha aderesi yanjye.

Njye na Solange twahise twisubirira mu rubyiniro. Turabyina mpaka biratinda. Umunsi uciye ikibu, ni bwo uwari yateguye ibirori yadusezereraga, maze bamwe batangira gutaha. Njye sinatashye kuko hari ibyo nagombaga gufasha mukuru wanjye. Twaherekeje Solange, maze ngaruka mu rugo, ntaha ku munsi ukurikiyeho.

Aimable tuba inshuti

Uwo munsi nari mvuye ku kazi i Remera. Nageze mu mugi ari nimugoroba, nibuka ko mukuru wanjye yari yanterefonye mu gitondo ambwira ngo nze kujya kuri interineti[1] ndebeho ubutumwa yari yanyohereje.

Ku bw'amahirwe kwa Rubangura, sale ya interineti yari igifunguye. Ndazamuka njyayo, ndishyura nuko bampa imashini[2]. Mfungura imeli[3] yanjye ngo ndebe ubwo butumwa. Yari yanyoherereje amafoto ndetse ambwira uko urugendo rwari rwagenze. Ambwira ko Dubayi ari heza cyane.

Naryohewe ndimo kureba ya mafoto, umuntu araza ankomanga mu mugongo, ndikanga mpita mpindukira. Nsanga ni wa musore Nseko twari twarahuriye muri aniveriseri[4] ya mukuru wanjye.

Nuko aransuhuza:

- *Bite se ko tuburanye?*
- *Ni sawa ariko njye ndahari.*
- *Urarangiza ryari se?*
- *Ndacyafite iminota myinshi, kereka niba wanshakaga...*

---

[1] internet
[2] Mudasobwa
[3] Email
[4] Umunsi mukuru w'amavuko

- *Kwari ukugira ngo tuganire gusa.*

Ibyo nari ndimo byari birangiye,mpita mfata kalaseri[1] yanjye nari narambitse ku meza, turisohokera . tujyana mu rugo, njya kumwereka mu rugo aho nari ntuye ku Kivugiza hafi ya segiteri.

Kuva uwo munsi twahise tuba inshuti-magara, ndetse ubucuti bwacu burakomera cyane bugera mu miryango yacu nayo iramenyana. Iwabo bose barankunda cyane birenze, bakajya bamfata nk'aho ndi umwana wabo. Na nyina yarankundaga cyane, maze akajya anyita umwana we w'imfura. Na Nseko nawe anyita mukuru we. Ndetse kubera kugendana cyane tukanirirwana , abantu bamwe batangiye kubona dusa bamwe ntibatinye kuvuga ko tuvukana. Ndetse n'abatabizi neza bakavuga ko turi impanga. Ibyo byose bikantera kumukunda cyane ndetse n'ubucuti bwacu burushaho kwiyongera.

Cyakora nanjye Nseko nari naramushimye. Yari inshuti nziza: umusore mwiza cyane, haba ku mubiri cyangwa ku mutima. Yari wa musore uzi guhitamo ikibi n'icyiza, kandi utanga inama. Ni mu gihe kandi; Nseko yavukiye mu muryango wifite[2]. Se na nyina bari abakirisitu basenga cyane, kandi ari abantu bashyira mu gaciro.

Ibyo byose byatumye Nseko akura neza. Yari afite ikinyabupfura yubaha buri wese, kandi akamenya buri kintu n'umwanya wacyo.

---

[1] Classeur:akantu batwaramo impapuro cyangwa ibitabo
[2] Umuryango ukize

Yarasetsaga cyane kandi azi kuganira, ku buryo aho yabaga ari nta rungu ryahabaga. Abanyeshuri biganye nawe, bose baramukundaga. Kuko yari n' umuhanga cyane mu ishuri , byatumaga n'abarimu bamukunda, akaba ariwe utangwaho ingero.

Mu mibanire yanjye nawe, twari tumeze neza. Numvaga mwishimiye igihe cyose, turi kumwe, kuko byanteraga ishema.Twasabanaga na buri wese, dusurwa na benshi.

Hari igihe abakobwa bajyaga bamuntumaho bamushakaho ubushuti, nabimubwira akampunga cyangwa agahindura paji y'ikiganiro. Sinigeze na rimwe mbona afite amashyushyu nk'abandi basore, yo kuvugisha abakobwa, kandi rwose baramukundaga. Bari bamuziho ubwitonzi n'ubuhanga, kuko yari umuhanga mu ishuri no mu buzima busanzwe, kandi afite igikundiro n'uburanga karemano[1].

Hari igihe Solange yazaga kunsura yasanga ntahari agahita yitahira kubera ko Nseko yamwicishaga irungu. Yajyaga amundegaho ngo Nseko ntazi kuganiriza abashyitsi, nkibaza impamvu ikanyobera, ariko ubwo ahari yabaga yamutaye muri salo wenyine.

Uko gutinya no kudashabuka kwaje kuntera urujijo. Ku bakobwa gusa? Bamwegera agahunga? Naje kubikurikirana ariko sinatora igisubizo.

---

[1] yavukanye

Ngerageje kumubaza ntiyagira icyo ansububiza, ahubwo yabona murembeje n'ibibazo nanjye akampunga.

***

2. INKURU Z'URUKUNDO ZA NSEKO AIMABLE

Urukundo rwe rwa mbere: akundana n'umukobwa wa Diregiteri

Umunsi umwe naje kumuha ka gatabo noneho ngo agasome yitonze. Byamufashe umunsi wose wenyine yiherereye. Maze aritonda aragasoma. Ntiyanariye uwo munsi!

Aho arangirije, ni bwo yahitaga aza mu cyumba aho nari ndi, ambaza mbona asa nk'umuntu ubabaye wataye umutwe.

> *- iyi nkuru yanditsemo aha, ni iyo wihimbiye, cyangwa ni ukuri byabayeho?*
> *- Njye nkunda kwandika cyane ku buzima bw'abantu. Hari igihe nk'umuntu asoma inkuru nanditse yamushimisha, akansaba ngo nawe mwandikire ibyamubayeho. Iyi nkuru yabayeho ni ukuri. Ni umuntu wansabye ko nayimwandikira.*
> *- Iyi nkuru inkoze ku mutima. Inyibukije ko nanjye nigeze kubigerageza; narakundaga kandi nanjye nkundwa, ariko urukundo ntirurambe, bakampemukira. Nageze aho mbona ndi kwibabariza umutima ndabireka, kubera ko nabonaga urwo rukundo ntacyo rumariye. Cyane cyane ruganisha ku cyaha n'ubuhemu.*

- *Pole sana ! byakugendekeye gute se?*
- *Iwacu mu muryango, ababyeyi bacu batureze gikirisitu, njye na mukuru wanjye twakuze dukunda Imana cyane twumva tutakora icyaha icyo ari cyo cyose. Natinyaga ibishuko ntinya gukora nabi no guhemuka. Ariko ngo 'inzira ntibwira umugenzi...'*

Nagiye mpura n'ibigeragezo byinshi nkagerageza kubirenga, nk'abakobwa bajyaga bakunda kunganiriza bashaka ko dukundana ariko nkabona ari nko kwica intego nari nariyemeje. Nkabahungira kure. Intego yari ikiri yayindi yo kudakora ibyaha.

Muri segonderi ho si uko byagenze; kubera nakinaga umupira, naje kwinjira mu gurupe itari ifite imico myiza, gurupe y'abasore twiganaga, dukinana umupira ndetse tunabana. Bageze aho barampindura, ndararuka ntangira gukundana.

Bose bari bafite inshuti z'abakobwa zabasuraga ndetse bakararana, kandi ibiganiro byabo nari nsigaye ntakibasha kubihindura, nanjye nsigaye nganira ku bakobwa gusa. Baranshyushya ndararuka, sintinye no gukoresha imvugo zabo.

Bishyire kera, naje gukundana n'umukobwa wa diregiteri wacu. Kubera gukina umupira neza

9

ntsinda ibitego, byatumye diregiteri ankunda. Ndetse akenshi akanjyana mu modoka ye andatira abantu bose avuga ko ndi umuhanga muri byose, mu ishuri no mu gukina n'ibindi byose.

Naje gushiduka naraguye mu rukundo n'umukobwa we, nawe wigaga ku ishuri ryacu. Nuko turakundana, ariko rwihishwa. Turakundana rwose nta buryarya!

Ariko ibyo ntabwo byatinze, kuko nka nyuma y'igihe gito, ndibuka turi mu biruhuko bya Pasika, nibwo intambara yabaga hanyuma ibintu bikadogera.

Aho irangiriye, nasubiye ku ishuri twigagaho aho diregiteri yabaga ngo ndebe ko nabona nyiramwiza wanjye, nsanga bose barapfuye nta n'inyoni itamba. Mbajije abaturanyi bati 'hubi'[1]!!! Ndarira ndangije ndihanagura ubundi ndikubura ndataha.

Natashye nihebye; numvaga kuri iyi si nta wundi mwana nzabona nakunda nkawe, niba ari ukubera byari ubwa mbere... nyuma ariko nagerageje kumwivanamo, ndamwibagirwa.

---

[1] Byararangiye

Iribagiza

Iribagiza rero we uko byagenze: icyo gihe nari nje mu biruhuko na none.

Nahisemo kujya kuruhukira kwa mukuru wanjye aho yari yarimukiye hafi y'akazi. Inzu yabagamo yari yubatse irambuye ifite imiryango myinshi isohokera hanze nka kuriya bubaka amashuri. Yari ibangikanye n'izindi zikodeshwa kandi zose zari iz'umuntu umwe.

Nko mu muryango wa kane uturutse aho yabaga hari umugore mwiza cyane wakaga nk'izuba witwaga IRIBAGIZA. Iribagiza nkimubona bwa mbere niboneye ubwiza gusa sinatekereza ko ashobora kuba afite umugabo.

Umugabo we yari umushoferi, yajyaga akunda kujya ku masafari. Mbese akenshi ntiyahabaga. Umugore we yabaga aho n'akana bari bafitanye k'igitambambuga. Kandi nta kazi yagiraga, yirirwaga mu rugo wenyine, kubera ko abandi b'abaturanyi babaga bagiye ku kazi.

Ubwa mbere rero mubona: navuye ku ishuri ibiruhuko birebire bigeze, mpitamo kwigira kubana na mukuru wanjye, aho nyine nari ndi. Mparaye ubwa mbere. Mu gitondo agiye ku kazi, ansigira amafaranga nagombaga kurya saa sita. Nuko aragenda ajya ku kazi.

Nasigaye ndyamye njyenyine, numva imiziki. Nafunguye akaziki gake uturirimbo dutuje tw'icyongereza. Nari nafatiwe mu buriri n'irungu ntigeze ngira. Naratekerezaga nkifuza nk'aho ndi ndamutse mfite nk'umukunzi turi kumvana cyangwa kubyinana izo ndirimbo. Nari natwawe byarangiye.

Hamaze kuba nka saa tatu, ndabyuka nkaraba mu maso, nkoroga icyayi ntangira kunywa. Nkisomaho bwa kabiri gusa, ngiye kumva numva utujwi twiza tunyuze mu matwi. Ndikanga maze nsubiza ibyo nari nteruye ku meza, maze nkuraho rido ndungurukira mu idirishya. Mbona ni abakobwa babiri beza cyane.

Kubera ko rido yambangamiraga ntari kubona neza, byatumye nsohoka nijyanishwa hanze kugira ngo nihere ijisho.

Nkigera mu muryango nkacirana nabo neza neza bawugezemo. Uwari ari inyuma ahunga amazi yari yaretse mu mbuga aho ngaho, anyura iruhande rw'umuryango wacu. Mbona arikanze nuko ahita ansuhuza, ariko afite isoni nyinshi: *"mwaramutse?"* Sinamwikiriza, ahubwo mpugira kumureba meze nk'uwafashe n'ikinya.

Uwari ari imbere nawe ahita ahindukira, ati: *"muraho?"*

Ndamwikiriza ariko ntamureba.

Wa wundi narebaga cyane isoni zaramwishe, aramwenyura.

- *Uba aha ngaha?*
- *Yego. Ndi murumuna wa Kagabo.*
- *Ntabwo twari tukuzi uretse ko yigeze kutubwira ko afite murumuna we w'umunyeshuri. Ni wowe?*
- *Ni njye.*
- *Njye nitwa Iribagiza, uyu yitwa Louise. Ni umushyitsi wanjye.*
- *Nanjye nitwa Nseko Aimable.*
- *Ngo Nseko? Ukunda guseka se?* (bose basekera rimwe)
- *Buriya... sinzi icyo barinyitiye.*
- *Murakoze kandi ni karibu rwose!* (aramwenyura).

Nabonye inseko ye, ndabutswe amenyo yari atondekanye nk'amasaro abengerana nk'urubura, maze mvumburamo ubwiza budasanzwe. Intoki ze zari zorohereye, mu maso ye hacyeye, akajwi kayunguruye, mu mutima mubona nk'umwamikazi.

Naritegereje ariko igihe kimbana gito kuko bahise bikomereza. Barinze barenga mbareba, gusubira mu nzu byananiye. Nasubiye mu nzu nishingikirije umuryango ngenda nywufashaho. Feri ya mbere nyifatira mu buriri, kunywa icyayi mbivaho, ahubwo ndiryamira. Maze si ugutekereza ye! Ibibazo bimbana byinshi. Kandi ni mu gihe; mu buzima bwanjye ni bwo nasaga nk'aho ntangiye gukunda bya nyabyo, noneho kandi mbishaka kandi mbonye n'uwo nshaka.

13

Icyari gisigaye gusa kwari ukumuhishurira iryo banga, ubundi nawe akagira ukwe ansubiza. Gusa numvaga adashobora guhakana, kubera ukuntu nari nabonye amvugisha ansekera.

Ese koko aba hano? Abana n'iwabo se? ubu se ndamuhera he nagaruka? Ibyo byose ni ibibazo nibazaga igihe nari ndyamye ku buriri ntegereje ko agaruka.

Inyoni yarakomaga, nkarunguruka. Ikintu cyakoma nkarangaguzwa nibwira ko ariwe waba agarutse, ngira ngo mutanguranywe ndebe n'aho atuye neza kuko ntari nabonye umuryango yasohokeyemo.

Narategereje amaso ahera mu kirere. Sinamenye n'igihe bwiriye; kuko muri kwa gutekereza kose, amasaha yambereye nk'umunota.

Naje gushiduka numva umuntu yinjira aza ampamagara mu izina, ambaza impamvu ntanyoye icyayi. Ni mukuru wanjye wari ugarutse avuye ku kazi.Arimo ambaza niba ntarwaye, kubera ko yabonaga kurya byananiye byose bikibereye ku meza. Mubwira ko ndi muzima.Nuko dutangira gutegura ibyo turi burarire.

Nashatse kumubaza kuri uwo mukobwa, ariko undi mutima urambwira ngo naba nihuse. Hashize akanya Kagabo arambwira ngo njye gukingurira umuntu warimo gukomanga.

Nageze ku rugi mbaza uwo wakomangaga uwo ari we inshuro zigera kuri eshatu, yanga kunsubiza. Ngeze aho ndakingura. Ngiye kubona mbona ni Iribagiza. Yampa akaboko ndakakira ariko ndagakurura aza ansanga. Nagiye kumuhobera numva ikijwi cya Kagabo kirankanze.

- *Bite Iribagiza?*
- *Ni byiza. Ndabona wabonye abashyitsi noneho ntuzongera kugira irungu.Uyu ni wa murumuna wawe?*
- *Yego.*
- *Akazi se kagenze neza?*
- *Kagenze neza nta kibazo twahuye nacyo.*
- *Nari nje kubasuhuza, none ubwo muri amahoro nigiriye kuryama. Murabeho, murare aharyana.*

Yoyoyoyo! Mbega umukobwa mwiza! Gusa yabaye akihavana ikirenge mukuru wanjye aba aranyanjamye.

- *Kuki ushaka gusoma umugore wa bandi sha? Uzakubitwa utazi icyo uzize...*
- *nande ? kubera iki ?*
- *umugore wa bandi uri gukurura kuriya. Ese mwamenyanye gute?*
- *Yansanze aha mu gitondo aransuhuza. Ni umugore? Reka wimbeshya... umugore ukiri muto kuriya!*
- *Maze afite n'umwana...*

15

Yavuze ko afite umwana numva ncitse intege, ku buryo nawe yahise akeka ko ahari hari ikintu kitagenze neza muri njye. Maze amvugiramo anserereza. Mu kanya gato ibiryo biba birahiye, turarya. Hari hamaze no kuba nijoro cyane, nuko turaryama.

Hashize akanya, aba arasinziriye. Njye se ngo nasinzira, n'ibibazo nari nahuye nabyo uwo munsi? Nkibona Iribagiza, nari nzi ko nsubijwe[1]. Ariko zari inzozi kuri njye kuko yari yifitiye uwe mugabo bashakanye kandi banabanye neza. Bari barabyaranye umwana umwe gusa. Kandi kubyara kwe nta kintu na kimwe byari byaramuhinduyeho na gito. Ahubwo nibwo yari yararushijeho kuba mwiza cyane.

Nararanye imitima ibiri. Umwe waranyongozaga[2] ngo nkomeze ibyo ndi gutekereza. Ariko undi ukampana, unyumvisha ko naba mpemutse nkoze icyaha.

Wa mwana wabo muto naramubonye, mbona ni icyana cyiza giteye impuhwe. Ntangira kujya mukinisha. Umwana yaramenyereye atangira no kujya aza mu nzu yacu. Nakundaga iyo yabaga yishimye ari nko guseka; nkabona utwinyo tubiri two hejuru tumeze nk'utw'urukwavu, maze nkumva biranshekeje. Naseka nacyo nkabona kirasetse kitazi n'ibyo nseka.Ku mutima nti *'ufite mama wawe mwiza gusa!'*

---

[1] Ibibazo byose nari mfite bisubijwe, nshyizwe igorora
[2] Gushuka n'uburyarya bwinshi

Umwana yageze aho turamenyerana neza rwose, nk'aho ndi se umubyara. Nakundaga iyo twabaga turi kumwe, naba maze kumugaburira, namukikira maze agahita ansinzirira mu ntoki. Uretse n'ubusanzwe nakundaga abana, nkunda kubaterura no gukina nabo. Abantu bakundaga kumbwira ngo sinzabyara ngo kubera ukuntu nkunda abana.

Yakundaga kuza anyereka azamura amaboko hejeru ngo muterure musimbiza hejuru. Yarabikundaga cyane, kubera nari narabimumenyereje.

Umwana yageze aho amera nk'uwanjye; bamuryamisha akarira cyane, ngo babanze banzane muryame iruhande. Ariko kubera atari azi kuvuga izina ryanjye neza, ntabwo bahise bamenya icyo ashaka. Iyo yaba yarize, we ubwe niwe wihozaga. Cyangwa se agaceceka ari uko ambonye. Yageze aho na nyina ubwe atari akibasha kumuhoza.

Byageze aho iwabo bari basigaye bakingura umuryango, agahita asohoka akirukankira iwacu. Ibyo byose nyina yarabibonaga ariko agaceceka. Njye numvaga nta n'icyo bitwaye.

Rimwe ubwo nari nirirwanye n'umwana we dukina, sinzi uko yaje kumufata ngo ajye kumwuhagira. Maze asanga mukikiye yansinziriye mu ntoki, maze ambwira nabi cyane ngo namwiciye umwana umutima. Ahita amunshikuza, umwana akangukira hejuru atangira kurira. Nyina agize ngo arahoza, umwana aranga, ahubwo akajya amwiyaka ngo agaruke muterure.

Yageze aho amushyira hasi agira ngo arebe ibyo umwana yashakaga, aza akambakamba yihuta agwirirana ansanga, yuririra ku maguru ku ipantaro yanjye, amanika amaboko ngo muterure. Akomeza kurira cyane, ariko nanjye ndanga sinamuterura. Icyo gihe nari ntumbereye[1] nyina nawe wandebanaga umujinya wuzuye agasuzuguro. Wagira ngo ahari namwiciye.

Umwana yakomeje kurira cyane anyigaragura ku birenge, manuka ngira ngo muterure ariko amaso areba nyina mfite ubwoba, maze nkimufata mbona nyina amarira amushotse ku matama yombi, maze ahita arikubita[2] asohoka yijujuta.

Nasigaye aho na wa mwana muhagatiye yacecetse ndetse yatangiye guseka. Ngerageje kumusubiza hasi aranga, nuko mujyana mu cyumba iwacu, ariko mfite ubwoba ko hashobora kubaho izindi ngaruka mbi.

Yamaze gusinzira, ndamuterura ngenda nomboka muryamisha iwabo muri salo, ubundi nanjye ngaruka niruka. Feri nyifatira muri bwa buriri bwari bwarangoreweho, mbutura agahinda.

Ibitekerezo byambanye byinshi; mu by'ukuri Iribagiza naramukundaga mbere, ariko nkabura aho nazahera mbimubwira.

---

[1] mwitegereza
[2] Arivumbura

Ahubwo nk'aho yabibonye; bibonwa n'umwana we kandi nyina atabishaka. Natekereje ukuntu Iribagiza ambwiye nabi yarangiza akagenda ababaye n'ukuntu namukundaga, ntekereza ukuntu ampoye ubusa dupfuye ko nkunda umwana we kandi nawe akaba ankunda kandi ntazongera kumubona ukundi, agahinda karanshengura aho mu uburiri. Nta kintu kibi sha nko gukunda umukobwa ubona ari mwiza hanyuma akagutuka! Ubabara kurusha uko wamukunze.

Ibibazo byari byinshi; ese buriya ukuntu uwo mwana yari amaze kunkunda gutyo, nari kuzajya mubona nkamuhunga cyangwa nkamwihisha, ngo kugira ngo nyina atababara? Numvaga ntashobora kumuriza igihe cyose anjeho ngo muterure. Se w'umwana iyo abimenya ngira ngo we byari kumushimisha ukuntu nitaga ku mwana we, kandi yari n'inshuti ya mukuru wanjye. Ahari we nta kibazo yari kugira.

Iminsi yaricumye gake gake. Ngerageza kwivanaho wa mwana buhoro buhoro. Cyari ikizamini kitoroshye, ariko nta kundi byagombaga kugenda. Umwana yazaga iwacu kwa kundi yari yaramenyereye, nkahita nkinga umuryango, cyangwa se nkihisha mu kabati k'imyenda. Akaza, agahamagara weeee! Yarambirwa agasubirayo arira byacitse.

19

Ibyo byose nyina yarabibonaga, ariko atancira akari urutega[1]. Twari dusigaye turebana ay'ingwe[2] nanjye nararakaye. Hashize iminsi mike, wa mwana kubera kumbura no kunkumbura, aza kurira cyane arahogora, ndetse bimuviramo kurwara. Umuriro, umutwe, umushiha... byose byari byamukoraniyeho.

Iribagiza biramugora cyane; icyo gihe umugabo we nta wari uhari. Yashatse umuntu yakwitabaza ngo ajyane umwana kwa muganga, aramubura. Ni jye twirirwanaga muri icyo gipangu twenyine. Icyo yageragezaga gukora, umwana yarariraga kandi noneho n' ijwi rye ritagisohoka yahogoye.

Nageze aho impuhwe ziraza, numva ko n'ubwo nyina atabishakaga, ngomba kumufasha yashaka noneho akantema. Naratambutse nza hafi y'umuryango wabo, ariko ubwoba burongera buramfata ntinya kwinjira. Umwana yamboneye kure ahaguruka yituragura hasi aza yihuta akambakamba, maze nyina abonye asohotse asohoka aza amukurikiye kugira ngo amugarure mu nzu, ariko asanga yarangije kungeraho. Ndamuterura musoma ku itama, muhanagura uturira twari twatembeye ku matama, araceceka neza ntiyongera gukoma.

Iribagiza yahagaze mu muryango areba ibyo turimo n'umuhungu we, kwihangana biramunanira. Nawe aza yiruka aransimbukira angwaho, arampobera cyane. Nkiri guhanagura amarira y'umwana,

---

[1] Nta kiza yanyifurizaga
[2] Turakaranye cyane

mbona na nyina amarira yashotse. Namanuye akaboko kamwe ntangira guhanagura n'amarira ya Iribagiza muhoza, aba afashe ikiganza cyanjye aragisomagura.

Naramurekuye, amfata akaboko yanga kukarekura. Ahubwo akomeza kunyitegereza mu maso, arongera aragaruka anyura mu gituza, aramfata cyane arankomeza. Nanjye ubwo ndi mu rujijo sinzi neza ibye.

Yageze aho arandekura, azamuye ijwi:

> - *Ibyo nakoze byose ndabizi kandi sinshaka kubisubiramo. Mbabarira! Gusa narakubabaje, nibabariza n'umwana wanjye.*

Narongeye nzamura akaboko mpanagura amarira yari amusigaye ku itama. Ahita agafata, yubika ikiganza ansoma hejuru yacyo. Arangije ahita ankurura ansoma ku minwa.

> - *Nta kibazo, ntabwo nigeze nkurakarira cyane.*

Yahise afata umwana basubira mu nzu, ariko umwana yakize. Utamenya ko yigeze anarira. Ahubwo agatwenge ari kose.

Nasigaye aho meze nk'uri mu nzozi, nari nabaye igishushungwe, nta mbaraga, ahubwo nenda kugwa. Narabanje ndakebuka ngo ndebe ko hari umuntu watubonye, ubundi nsimbukira mu nzu nk'akanyawu[1].

Noneho ibitekerezo byaje birusha ibya mbere. Ariko bitandukanye kuko ibyo byari iby'ibyishimo. Icyari kinshimishije cya mbere kwari ukuba mbashije guhoza umwana wari warembye, bingaragariza ko ankunda cyane. Ubundi hiyongeraho nyina, nari narambiwe kwirirwana nawe mu gipangu turebana nk'ingwe. Ikindi nari narifuje byibuze no kuba nahobera Iribagiza kubera ukuntu namukundaga, ariko we inzozi zanjye arazikabya[2].

Hamaze kuba nka saa munani, nicaye muri salo ndi kureba filime, wa mugore aza ampamagara.

> - *Nseko, Sourire, Smile... umeze ute sha? Ngwino ndagushaka.*
> - *Ndaje ... reka nze!*

Ndahaguruka nambara kamambiri nari nakandagiyeho, ndamwitaba.

Nakaciranye nawe mu muryango aje kuntwara, ankubita agashyi ku itama yisetsa cyane aba aransomye na none. Amfata akaboko turasohoka anjyana iwe mu rugo. Asunika urugi ati: "*karibu!*" nti: "*sitari*". Ndatambuka nicara mu ntebe yari ndende kurusha izindi, nsa nk'uwuyiryamyemo, ariko ndeba kuri televiziyo.

---

[1] Akajangwe/injyangwe kubera ukuntu isimbuka yirasa.
[2] Azigira iz'ukuri zihura nibyo nifuzaga

- *unywa inzoga?*
- *Rimwe na rimwe iyo nishimye*...(ahita amvugiramo ntarangije)
- *Uyu munsi tugomba kwishimana.*

Aterura icupa rya whisky[1] ryari riri mu kabati n'uturahuri duto arabizana, arongera azana n'ibisorori byari biri hejuru y'akabati atereka aho. Yarura inyama yari yakaranze nta sosi, ashyira ku isahani n'amakanya abiri, asuka ya whisky muri twa turahuri, arangije ati: *"turyoherwe!"*

Twatangiye kurya ntawuvugisha undi tumeze nk'abatinyanye. Njye kugira ngo atabibona nakomeje gushyira amaso kuri televisiyo. Ariko nayo mu kanya gato ihita intamaza, filime yari irimo iba irarangiye. N'ibiryo nabyo tuba tubimaze.

Nakomeje gutegereza ngo numve ibyo ambwira, kuko niwe wari antumyeho, urumva sinjye wari buterure ikiganiro kandi ndi umushyitsi. Nageze aho mbonye atamvugishije, nikura mu isoni.

- *iyi filime yari nziza! Wayintije nkajya kuyirebera mu rugo?*
- *Icara bana! Ubu se uransuye? Uraza kuyitwara uraba uyireba*
- *Umwana ari he se?*

---

[1] Inzoga ikarishye, john walker

- Inshuti yawe? Sha arasinziriye. Ariko aragukunda!

Ese wazakunze nyina ukareka gukunda umwana
wenyine.

- Wabyemera se? cyangwa nicyo cyakubabazaga?

Arahigima. Arahaguruka arongera ashyiramo indi filime. Nanjye nifatira akarahuri kanjye numana nako[1]. Icupa twararihiritse, mbona atangiye gusinda. Hashize akanya ndahaguraka ndisohokera nisubirira mu rugo, ndaryama. Nongeye gukanguka nkanguwe na Kagabo avuye ku kazi. Turaganira nawe, ambwira uko akazi kagenze.

Umunsi wakurikiyeho nagiye kumva numva umwana ansanze mu buriri. Iribagiza aza amukurikiye ariko byasaga nk'aho ari we wari umwoherereje. Nuko Iribagiza arambwira ngo tujye kwirirwana iwe mu rugo, aho yari ari gufura imyenda, ngo mbe ndi kumuganiriza.

Twiriwe tuganira ambwira inkuru nyinshi z'inkundo, ambwira ukuntu yatangiye gukundana akiri muri pirimeri ndetse agacishamo akambaza uko nanjye natangiye gukundana. Nkamubeshya nkamubwira udukuru nabaga narumvanye abandi banyeshuri twakinanaga. Arangije gufura, arateka turarya. Umunsi wose twarawirije ku buryo rwose twamenyeranye ndetse turanatinyukana.

---

[1] Nkahugiraho katava ku munwa kubera isoni

Undi munsi wakurikiyeho noneho Iribagiza niwe waje kumbyutsa. Nabwo tuririranwa irungu rirashira neza. Twari tugeze aho twumvaga butakwira ngo Kagabo n'abaturanyi bave ku kazi. Yari amaze kunkunda birenze; asigaye asiganwa n'umwana we kuza kunkangura mu gitondo. Nanjye aho nabaga ndyame, numvaga butari bucye ngo nisangire Iribagiza.

Ubwo twari dutetse njye na mukuru wanjye, nko mu ma saa moya n'igice z'ijoro, Iribagiza yarakomanze turamukingurira. Ataricara ahita abwira mukuru wanjye ko hari ahantu ashaka kujya. Amusobanurira ko bwije ari gutinya ko yahura n'abagizi ba nabi wenyine, ati: *"reka njyane na Nseko amperekeze turahita tubanguka."*

Dusohoka mu gipangu muherekeje. Twagenze nka metero ijana na mirongo itanu, tugera ahantu hari hari igiti kinini cy'umwembe cyari giteye hafi y'igipangu iruhande rwacyo hari hari ibirabyo byinshi kandi birebire, hari akijima gake kuko igiti cyari gikingirije itara ariko umuntu atapfa kukubona.

Twageze iruhande rwa cya giti, amfata akaboko buhoro buhoro ansunikira kuri cya gipangu ahita aza kundamira kugira ngo ntagwa. Mukumfata sinamenye ibyakurikiyeho. Naherutse dusomana gusa, ubundi mpita nta ubwenge. Icyo nibuka ni uko yahumekaga insigane yiruhutsa, ambwira ko yari ankumbuye, ko ankunda cyane.

Ibyo yashakaga byose, njye narirekuye wese abikora meze nk'aho ntakiri njye, nataye ubwenge ntazi iyo ndi. Tuvuye aho duhita dutaha. Namubajije niba twageze aho twari tugiye ansobanurira ko yari impamvu yo kugira ngo amvane mu rugo mukuru wanjye atamenye icyo tugiye gukora, ko ntaho yari agiye. Ambwira ko yari yabuze ibitotsi kubera kuntekereza cyane.

Twaragarutse angeza mu rugo, abeshya mukuru wanjye ko hari amafaranga umugabo we yari yohereje ahantu ngo yari agiye gufata. Mba ngize n'amahirwe kuko iyo nza ahari Kagabo yari kundeba akabikeka.

Nasanze yarangije kurya, ari hafi kuryama. Nanjye ndarya vuba na vuba mpita ndyama. Nahise nisinziriza kugira ngo atamvugisha menshi. Mbega ibyishimo nararanye! Bwari ubwa mbere.

Bwarakeye Iribagiza ntiyaza kundeba. Nanjye kubera udusoni numvaga mufitiye, siniriwe mbyuka. Numvaga nifitiye udusonisoni tw'ukuntu turi buhuze amaso n'ibyaraye bimbayeho.

Ku munsi wakurikiyeho mu gitondo, Iribagiza yariyiziye aza mu cyumba cyacu. Asanga nkiryamye, aransunika numva yageze mu ishuka. Nari natinyutse noneho nta soni nongeye kugira.

Iribagiza yageze aho kurya bikajya bimunanira ntahari. Agateka byamara gushya akaza kumpamagara ngo tujye gusangira.

Umwana nawe yarabinyubahiraga; iyo nabaga ndi kumwe na nyina wagira ngo yahitaga amenya ubwenge ako kanya, agahita yisinzirira natwe tukigira mu byacu.

Byageze aho kwihisha bitari bigishoboka, abaturanyi barabimenya babibwira umugabo we. Umugabo agenzuye neza asanga ari byo.

Yaje kumbaza arakaye ndamuhakanira. Yihererana umugore we aramubaza. Yaraje afata mukuru wanjye bajya kubiganiraho. Hashize umwanya mukuru wanjye aragaruka ambwira ibyo baganiriye. Arambwira ati: *"rero nta kintu na kimwe kitazwi kuko umugore byose yabivuze kandi n'abantu bose barabizi"*. Ati: *"ubu igisigaye nawe ni ukubyemera ugasaba imbabazi."* Anyizeza ko umugabo wa Iribagiza ntacyo antwara nimbyemera.

Yahise ansohokana anjyana aho yari amusize, nsanga na Iribagiza ahari. Nahuje amaso na Iribagiza mbone afite ubwoba bwinshi maze nanjye ubwoba buramfata, ntangira gusaba imbabazi nta n'urambaza ikibazo na kimwe. Batujyana iwe mu nzu muri salo. Bambajije cyakora nanjye mvugisha ukuri. Nsaba umugabo we imbabazi ndetse na mukuru wanjye ansabira imbabazi ababwira ko ntazongera. Iribagiza nawe asaba imbabazi, asobanurira umugabo we ko atabashije kwihangana igihe yamusigaga wenyine.

Kubera ko umugabo wa Iribagiza yari akuzeho, akaba yamushatse amuvanye mu ishuri atari yakura cyane kandi nanjye nkaba nari nkiri muri icyo kigero, babiganiriyeho babifata batyo ko turi abana bashobora gushukika. Ngira ngo ahanini n'icyo cyatumye batubabarira kuko twari twanavugishije ukuri.

Byarangiriye aho mu miryango, ariko bafashe icyemezo cyo kudutandukanya. Iribagiza n'umugabo we bahise bimuka bajya gutura i Rwamagana.

Ibyacu na Iribagiza biba birahagaze badutandukanyije batyo, uretse ko nta kundi byari bugende. Ariko Iribagiza yari amaze kuntoza urukundo nsigaye nzi gukundana icyo aricyo. Umubiri wanjye wari umaze gushyuhira urukundo.

Iribagiza yari asize ambibyemo imbuto y'urukundo itarashoboraga kuma ukundi. Yari yarayuhiye yarayitohagije ishishe. Yari yansomeje ku ntango yarwo, ariko ntaracurura ngo nshire inyota, ahubwo nibwo inyota yari ikiba inyota. Nkeneye gukunda cyane; ariko na none ubwoba ari bwinshi, nterekereza ko na none nazongera nkakunda ab'abandi. Dore ko muri iki gihe kubatandukanya biruhije.

Ibyo byose byari ibintu binsaba ubwitonzi bwinshi. Nari mbonye isomo kandi ntagomba kurisubira ngo mpubukire abo mbonye bose nka mbere.

Nuko urukundo rumbamo gutyo , rurakura ruriyongera umunsi ku munsi. Ku ruhande rumwe, numvaga nifuza kuzakundana n'umukobwa mwiza kandi w'igitego uzampesha ishema nk'uko nifuzaga. Nifuzaga byibuza ko yazaba ameze nka Iribagiza. Ariko kubera na none amashyushyu menshi nari mfite, nageze aho numva uwo ari we wese twakundana, yaba mubi yaba mwiza. Icyo nifuzaga ni uko gusa yagombaga kuba ankunda byibuze, akazashobora kuziba icyuho cyari cyaraciwe n'Iribagiza.

Ishuri nageze aho ndarirangiza. Nsigara nshakisha akazi nako katapfaga kuboneka ku buryo bworoshye.

Umulisa n' Umutoni

Nari mfite umusore w'inshuti yanjye witwaga Fisi, wari inshuti-magara ntunsige[1], zimwe usanga zifitanye utuntu tw'amabanga zihuriyeho, bimwe nyine bya gisore nyine.

Muri icyo gihe, mushiki we yari hafi gushyingirwa. Nuko njya iwabo nk'uko nari nsanzwe njyayo, ntangira kubafasha imirimo imwe n'imwe muri uwo mwiteguro.

Hashize umwanya aho nari nicaye ndi kumwe n'abandi basore turimo kuganira, Fisi arahadusanga, ambaza anyongorera.

- *Waje wenyine?*

Kubera ko ntumvaga neza, nahise mpaguruka mujyana ku ruhande asubiramo.

- *Nta nkumi mwazanye muri bubyinane se ko dufite umuhuro?*
- *Eh! Wapi ntawe. Ntuzi ibyanjye se? Harya sinabikubwiye?*

Nuko atangira kunsobanuza neza. Noneho tuva aho tujya mu cyumba cye twicara yo, ntangira kumubarira uko byagenze.

- *Ntugire ikibazo hano nibo gusa, nturi bubure uwo mubyinana. Ahubwo reka nkwereke!*

---

[1] Inshuti nyanshuti zimwe zidasigana

Yikoza hanze mbona agarukanye n'abakobwa babiri. Bakinjira mu muryango ahita anyicira ijisho, nkeka ko yambwiraga ngo mpitemo. Ubundi aduha rugari arisohokera.

Abakobwa barinjira turasuhuzanya, turibwirana ndetse turanaganira ye! Ariko bageze aho bararambirwa barigendera. Ubwo se yabonaga abakobwa babiri nari bubaganiriza nte?!?

- *Bite se noneho?*(Fisi arambaza)
- *Itonde bana! Ko unyirukansa...*

Yahise amfata akaboko anjyana ahari hicaye undi mukobwa mwiza witwaga Devota. Turamusuhuza, tuganira akanya gato, turikomereza. Twigiye imbere ambaza uko namubonye niba namushimye cyangwa namugaye. Yanjyanye noneho ahandi hantu hari hicaye abashyitsi be yari yatumiye ku giti cye. Urubyiruko rwinshi rwari ruri aho rwari abanyeshuri bari bariganye ku kindi kigo yizeho akiva ku ishuri ryacu, abandi ari abo mu miryango yabo ndetse n'inshuti za bashiki be. Nuko ba bashyitsi be turabasuhuza nabo turaganira tugeze aho tubasiga aho turikomereza.

Fisi yatangiye kunsarana ambwira ngo simurenganye, ngo ntako atagize. Ngo ninza kubura uwo tubyinana nimenye. Uretse ko njye numvaga nta nicyo bimbwiye. Aho mburiye Iribagiza nacitse intege. Nabonaga ntazongera kugera kuri nivo y'urukundo nari ngezeho.

Igihe cyo kubyina cyarashyize kiragera. Sinigeze mangara, kuko abo kubyinana nabo, bo bari bahari. Uwo nabyinishaga indirimbo imwe, siwe nabyinishaga ikurikiyeho. Tugeze aho nko mu rukerera twese twarushye, tujya kuryama.

Mu gihe gito buba burakeye. Ubukwe buraba; barasaba, barakwa ndetse no gusezerana byose. Muri resebusiyo[1], ahantu twari twicaye twari igurupe y'abasore gusa. Tugira intego yo kurushanwa kurya, ku buryo twari twarangaje abantu bose bari baje mu bukwe. Cyane cyane abari batwegereye n'abanyagikari baserivaga[2].

Ubukwe busa nk'uburangiye, bamwe batangiye gutaha , banyura aho njye na Fisi twari twicaye baje kumusezera. Abakobwa baza, Fisi akajya anyereka abakobwa bakiri kure, akambaza utubazo tw' amafuti, ngo: *"uriya n'uriya ninde mwiza? Reba n'uriya uje! Uhisemo uwuhe? Kariya ko noneho ni wowe muberanye rwose..."* akomeza kumbaza nkajya mwihorera.

Kera kabaye ngiye kubona mbona umukobwa aturutse haruguru ahagana mu gikari, aza asohoka adusanga. Naramurebye amaso yanga kuvaho[3]. Yari mwiza rwose! Inzobe inoze n' amapisitori[4]

---

[1] Reception , aho bakirira abantu baje mu bukwe
[2] Server, Bari bashinzwe kwakira abashyitsi
[3] Amaso yanga ko mpindukira nkomeza kumureba
[4] Amataye, umukobwa ufite ibibero bigari nk'umusirikare wambaye pisitori ebyiri

ateye ukuntu, kandi afite munda zeru[1] ndetse n'imisatsi miremire itembeye mu mugongo. Yari yambaye neza; ipantaro y'umukara n'agapira k'umukara yarengejeho agakote gato k'uruhu, n'inkweto zirabagirana.

Kuva nagera aho nibwo nari mubonye. Sinzi niba yari yihishe cyangwa aribwo yari akiza, simbizi. Namuteye imboni[2], ikifuzo kiramunsaba. Ikintu kimeza nk'ubwoba kiba kiramfashe. Uko namurebaga ni na ko yandebaga, duhanganye amaso. Yari kumwe n'agasore kameze nk'aho kamuherekeje.

Batugeze iruhande, asuhuza Fisi mu izina bigaragara ko bari baziranye. Ka gasore bari kumwe nako kamperaho, kampereza akaboko ndakakira nuko na wa mukobwa aba arangije gusuhuza Fisi, aba angezeho. Uko yari yaturutse haruguru twahuje amaso inshuro nyinshi, arabibona ko ndi kumureba cyane.

Uzi ibyakurikiyeho? Nawe yampereje akaboko ndakira. Ategereza ko murekura araheba. Ahubwo ntangira kumukurura buhoro buhoro muzana hasi ngira ngo ace bugufi kuko njye nari nicaye. Yarankundiye nawe aramanuka, maze ansoma ku itama nk'uko nari namwiteguye narimuteze, maze akaboko ndagakomeza. Akomeza kutuganiriza ariko nkimufashe.

---

[1] Munda ye hari hato cyane
[2] naramurabutswe

Kubera ko yasaga nk'uvunika mufashe yashatse kunyiyaka gahoro gahoro, amanura akandi kaboko maze nako ndagafata. Maze yigira imbere kugira ngo ahagarare neza, ubundi arandeka aratuza, ndetse ntiyongera kunyiyaka.

Hashize akanya, wa musore bari bari kumwe aramubwira ngo bakomeze, nawe atangira kumbwira ngo murekure bagende. Ncika intege ariko nanga kumurekura. Nsaba wa musore mutera impuhwe nyinshi ariko nyine byo kubasetsa, ngo ambabarire amundekere nk'iminota itanu, nti: *"ndahita mukurekurira rwose, kandi wowe muracyari kumwe igihe kinini"*

Bose bahise basekera rimwe, ariko wa musore aremera. Bakomeza kuganira nanjye mufashe. Hashize nk'iminota itanu mbona wa musore arongeye arandeba, nanjye mpita mutanguranwa ataravuga mubwira ko iminota itanu itarashira. Noneho baraseka baratembagara.

Wa musore ati: *"ubanza uno mutipe[1] ari umunyamashyengo?"* Fisi nawe ati: *"ceceka! Ubu imbavu zirirwa ziturya kubera ukuntu asetsa. Ahubwo yari yatinze."* Mba mbonye icyanzu, nti: *"ahubwo wakwihanganye ukamundekera gato ntitwigeze tuganira dore mwatubangamiye".* Wa musore na Fisi baduha umwanya, ariko baseka cyane.

---

[1] Le type, ni ijambo abasore bakunda kwitana, ryavuye ku gifaransa.

Uko uwo musore yari aziranye n'uwo mukobwa simbizi, sinifuzaga no kubimenya na gato. Hashize umwanya muto, umukobwa arongera ansaba gutaha. Gusa njye numvaga atamva iruhande. Ariko yakomeje kunsaba ko agenda kuko amasaha yari anakuze, ngeze aho ndamureka. Byibuze icyo nifuzaga nasaga nk'aho nkigezeho. Twari tumaze kuganiraho gato, yambwiye n'izina rye. Nageze aho muha uruhushya rwo kugenda, ariko anyemerera ko muherekeza. Arampagurutsa kwa kundi mufashe amaboko ye, ariko ndekura kumwe kugira ngo mpaguruke neza.

Mu nzira tugenda, ntabwo igiparu kigeze gihagarara. Naramuganirije biratinda. Sinzi n'aho amagambo nayakuraga.

Twaje guhura na wa musore, na none araseka ariko ntiyatwitaho kubere yari akiri kumwe na Fisi n'abandi bantu.

Turakomeza, twigiye imbere duhura n'abakobwa b'inshuti ze batatu. Barahagarara baradusuhuza. Baramubajije ababwira ko ndi inshuti ye. Ahita andekura akaboko kamwe akanyuza mu mugongo gahura nakanyuze imbere maze andyamaho. Numva niyongereyeho nk'ibiro icumi!

Twavuye aho turakomeza. Tugenze nk'iminota icumi, kubera ko hari hamaze kuza akijima gake butangiye kwira, ndamusezera kugira ngo nanjye mbone uko ntaha. Ampereza akaboko nka kwa kundi, ndagafata ndongera ndakurura ahita aza wese no ku munwa ngo po! Yandekuye twikanze imodoka yari itumuritse amatara. Ahita anyiyaka agenda yihuta avuga ngo yatinze gutaha.

Akindekura nasigaye aho nshaka kumupima kugira ngo ndebe ko anyitayeho koko. Nabaye nk'uwigwangaza kuko nari nzi neza ko atari butere intambwe icumi atarahindukira, nuko nigira nk'aho kugenda byananiye, ahubwo nenda kugwa hasi. Yateye intambwe eshanu gusa ahita ahindukira kwa kundi nabipanze neza neza. Abona ndi kumureba meza nk'uwenda kugwa hasi, aza yiruka kundamira.

> - *Bigenze gute ko utagenda, bigenze gute sheri mbwira...?*
> - *Byananiye kugenda... ubuse unsize hehe? Ubu nzongera kukubona...?*
> - *Ntiwambwiye ko Fisi ari inshuti yawe se? Nunshaka azakungezaho. Ntugire ikibazo kandi azongera aduhuze. Ngaho noneho wowe banza ugende!*

Aransomagura, maze ahita andekura ngo ngende.

Nanjye nateye intambwe nk'eshatu ndahindukira ngo ndebe ko agihagaze, nsanga yandurutse kera. Ndikubura ndataha.

Mu nzira ntaha, numva ibintu mu mutwe bimeze nk'ibinyugunyugu, ntazi nsa nk'uri mu nzozi. Kandi numva mfite imbaraga nkeya ariko zivanze na ka morali, meze nk'umuntu wiriwe yikoreye amabuye. Ariko nishyiramo imbaraga ndamanuka.

Nageze nko muri metero magana atatu, mbona umukobwa wari hakurya y'umuhanda aza yambuka, tunyurana nanjye ndimo nambuka njya aho avuye. Twahuje amaso turarebana tunyuranaho turebana imodoka hafi kutugonga. Ageze aho nari ndi mbona azamura amaboko anyereka, ndongera ndambuka nsubira aho ari. Turasuhuzanya, ambaza aho tuziranye.

- *Ahubwo nanjye unciye mu maso. Ndabona hari aho nkuzi, none ndabona wanyobewe. Ubwo Imana nibishaka izongera iduhuze*(mbimubwira ndimo musezera).
- *Gute? Ryari? Buretse kugenda...* (ndahagarara) *rwose mbabarira unyumve. Ndakubonye numva ikintu kinyirukanse umubiri wose gituriza ku mutima. Sinzi ubanza ahari ndi mu nzozi. Ndifuza rwose, wambabariye ko nifuza kuganira nawe kano kanya. Mbabarira rwose, nkubwire ikindi ku mutima.* (nabonye aje ansanganira, ndahagarara). *Ihangane uze tujyane mu rugo iwacu uharebe, ihangane ntabwo ari kure.*

Nuko turagenda. Iwabo ntabwo hari kure koko. Tugezeyo, ashaka ko ninjira mu nzu. Mbanza kwanga ariko ngeze aho ndatsindwa.

Nuko arakingura turinjira. Maze kwicara, ambaza icyo nywa. Anzanira koka[1], arapfundura , maze dutangira kuganira.

- *Ko uba ahantu heza se ?* (Ndamubaza)
- *Cyane! Nagize amahirwe gutombora ino nzu. Nari narabuze ahantu heza hatari urusaku rwinshi, nzajya niga hafite umutuzo.*
- *None se uriga?*
- *Yee. Niga ULK.*
- *Abandi se bari hehe?*
- *Mba njyenyine hano.*
- *Nari nzi ko ubana n'ababyeyi bawe.*
- *Oya ? Papa yitabye Imana, mama nawe aba i Butare.*

Hashize akanya gato, arahaguruka araza anyicara iruhande. Atangira kunyitegereza atavuga. Isoni zinyishe ndeba hirya, mu kwikura mu masoni mubuza kundeba cyane.

- *Ufite isoni z'iki se?* (ari guseka)
- *Ngaho mbwira icyo washakaga kumbwira.*

Yakomeje kunyitegereza atavuga yimyoza, hashize akanya.

- *Ehheh ...uhhuh... ehe...*
- *Mbwira nta kibazo , ubu se wantinye?*
- *Ni ijambo rikomeye cyane, kurivuga biragoye.*

---

[1] coca cola

Yageze aho amfata akaboko k'iburyo, andambura ikiganza. Afata ikaramu yari irambitse kumeza ashushanyamo imitima ibiri, yandikaho ngo *'je t'aime beaucoup[1]'* cya kiganza aracyubika agisoma. Nahise mbona ibyo ashaka, ubwo ndaza mutabarira hafi duhurira mu nzira, ndambura amaboko arabaduka angwamo wese, n'ibyishimo byinshi arampobera cyaneeee.

Yageze aho numva amfashe ugutwi ashaka kukurya ngo ahari kuveho. Mpindukiza umusaya vuba na vuba kuko numvaga asa nk'aho ankirigita. Amaso mu yandi, iminwa ku yindi; maze ansindisha inzoga y'urukundo nk'iminota itanu atarandekura.

Twarekuranye musunitse kugira yicare neza, arongera aragaruka noneho angwa mu gituza amera nkusinziriraho, kandi yari amaze guta ubwenge. Ageze aho asa nk'ugaruye akenge, atangira kumvugisha gahoro arandaga, yimyoza.

> -*Nkikubona bwa mbere, sinzi niba unyibuka; twahuriye ahantu mu bukwe. Burya winjiranye na Fisi, nkubonye numva umutima urankirigise unyereka wowe. Numva mbuze amahoro mu mutima. Nabuze ukuntu tuvugana kuko mwahise mwisohokera. Nashatse no kugukurikira, ariko ntinya amaso y'abantu; ko bashobora kugenda bavuga ko nakwishinjijeho. Isoni zacu za gikobwa zijyanye n'umuco wacu nawe urazizi. Ariko noneho duhuye mu kanya, kwihangana*

---

[1] Ndagukunda cyane

byananiye numva ko ngomba kubikubwira. None rwose
mbabarira...

Nakubise agatima k' Umulisa, kuko nawe twari twahuriye mu bukwe, naketse ko bashobora kuba baziranye, nshaka guhakana. Ariko kubera ukuntu yanyingingaga ngeze aho ndemera. Ariko musaba ko ampa igihe gito nkabitekerezaho neza. Ansaba ko twagumana aho, ambwira ko ari wenyine. Mbanza kwanga ariko andusha imbaraga kuko yasaga nk'uwenda kurira ngeze aho ndemera, kuko bwari bumaze kwira cyane.

Yamfashe neza ijoro ryose kugera mu gitondo. Tumaze kunywa icyayi mu gitondo aramperekeza ndataha.

Mu nzira natashye mfite ibibazo byinshi mu mutima, ndi gutekereza ibyo narayemo kandi nari maze gusezeranya undi mukobwa ko mukunda. Nari nafatiranwe, nabuze aho mfata n'aho ndeka. Umulisa ni njye wari wamushotoye mushaka, kandi rwose twanakundanye. Umutoni nawe yanyizaniye kandi nemeye, byose twabikoze kandi mbona afite urukundo rwinshi nakekaga ko ahari rwari bumpaze rugasimbura urwo nari naratakaje rw' Iribagiza. Nagumye mu bibazo ngisha imitima inama burinda bunkeraho ntarabona igisubizo cy'ibyo bibazo. Ubwa ya ndirimbo ngo '*Fanta et Amina*[1]'

---

[1] Indirimbo: *La vie est belle* y' umucuranzi witwa *Daouda*

Nageze mu rugo nka saa tanu z'amanywa. Nsanga abasore b'inshuti zanjye baje kundeba ngo tujye gukina umupira, basa nk'ababinyibagije, umunsi wose ndabyibagirwa.

Nyuma nakomeje kubitekerezaho, ngisha umutima inama, ngerageza no kugisha inama, mbaza inshuti zanjye nizeye, ariko mbinyujije kure kugira ngo batamenya abo aribo, nka Fisi we yari guhita abamenya bose. Buri wese yambwira ibye; umwe ati: *"kunda uwa mbere kuko waba uhemutse cyane umwanze kandi ari wowe wamwisabiye ko mukundana. Yabona ko utari seriye[1], ko wamukinishaga.*

Undi nawe ati: *" kunda ugukunda, kuko uwo ukunda akunda abandi."* Undi ati: *"uri mu biki? Bagarira yose, ntuzi irizera[2]."* Bose bampaga ibisobanuro bitandukanye, hari n'uwambwiye ngo ninifate bose mbareke. Ngo cyangwa se mbafate bose bizabe uko byakabaye.

Namaze igihe kinini mbitekerezaho, ariko narabuze igisubizo. Ngeze aho nigira inama yo kuzabibahisha, maze nkabagarira yose. Nkazagerageza guhitamo nyuma.

Nuko uwo duhuye nkafata uwo, undi nawe twakubitana tugakomereza aho byari bigereye.

---

[1] Serieux, ijambo ry'igifaransa
[2] Kubakunda bose ntawe nsubije inyuma.

Sha burya ngo 'inyama iryoha cyane niyo wihigiye!' abakobwa twarakundanye bose. Ariko cyane cyane nakundaga Umulisa. N'ubwo umutoni ntamukundaga nk' Umulisa, ahubwo we wankundaga cyane. Yari yarampaye byose kandi agahora yifuza ko duhorana buri gihe. Ashaka kumenya amakuru yanjye uko niriwe n'uko naraye. Ni nawe twabaga turi kumwe kenshi yamfashe neza cyane, agakoresha amafaranga ye anyitaho, angurira ibintu, impano nyinshi kugira ngo anyereke ko ankunda kurusha byose.

Iyo nta gahunda yo gusohoka twabaga dufite kubera nk'amasomo menshi yabaga afite, yampatiraga gusohokana n'abandi basore. Kandi kutamugaragariza urukundo rwinshi, ntacyo yankekaga. Kuko ikintu cyose yambwiraga naremeraga kabone n'ubwo byaba bibi agira ngo ampime arebe ko mukunda. Yari azi ko ndi umwana ugira isoni nyine wa wundi batamika ibyo kurya. Ibintu byose twakoraga yabaga arimo anyigisha azi ko nta kintu nzi. Yarangiza, ibyo yanyigishije nanjye nkajya kubyigisha Umulisa.

Umutoni arankunda anyimariramo wese. Ambwira amabanga ye yose nta na rimwe ampishe. Anyereka ibye byose nta na kimwe ampishe. Ampa ibye byose nta na kimwe ampishe. Ansezeranya ko azankunda kugera gupfa. Kabone n'ubwo haba mu makuba, ko nambura azahita yiyahura. Ibyo kunkunda biramurenga, birenga kuba inshuti ye bimera nk'aho ndi amaraso ye.

Reka nkubwire! Amakosa mu rukundo abantu benshi bagira; ni uko iyo umuntu agukunda akanabikubwira. Burya aba agukunda kandi aba abikuye ku mutima. Ikimenyetso cya mbere kiranga urukundo rwa nyarwo, ni ugutanga. Iyo ukunda umuntu , uba wumva ibyo yagusaba byose wabimuha.

Amakosa yacu rero ni amwe; akenshi kubera kukwitaho kubera nyine urukundo rumuzana kuri wowe, uba ubona ameze nk'uri kukubangamira kandi disi ari urukundo rwa nyarwo. Rumwe ruriza uburiza ruzira umuhemu. Nta mahoro rumuha iyo atakureba hafi cyangwa ngo arare atakuvugishije.

Nukunda umuntu uwo ariwe wese uzabimubwire. Kabone niyo yaba atari izi nkundo z'abasore n'inkumi. Apfa kuba abikubwiye gusa niyo yaba ari umukobwa mugenzi wawe cyangwa inshuti yawe. Mama yarambwiye ngo 'burya iyo umuntu aziko umukunda, nta kintu na kimwe kibi gishobora kukubaho areba cyangwa ngo gituruke kuri we. Kandi n'ubwiwe ko akundwa, niyo atasubiza. Burya haba harimo akantu ku mutima. Hari abantu benshi gusubiza bigora, gusubiza cyangwa kwerekana filingi z'urukundo, ariko burya nawe nta kibi cyaba ku muntu amukunda ngo arebere gusa.

Nukunda umuntu ujye ubikoresha ubibyaze inyungu, ubimugaragarize. Mu rukundo habamo inyungu nyinshi cyane. Ahubwo niwanga umuntu , uzabimuhishe kandi wirinde kumurwara inzika, kuko we akenshi aba azakwereka urukundo kandi ugasanga waramwangiye ubusa.'

43

Umutoni yanyeretse inshuti ze ngo tumenyane. Bamwe muri abo yanyeretse hari harimo n'inshuti z'Umulisa kandi nawe yanyeretse ngo tumenyane. Byarabatangaje ariko baricecekera. Byapfiriye cyane aho muri ba bandi Umutoni yanyeretse, yanyeretsemo na mubyara w' Umulisa.

Umwe muri ba bandi bazi ibyanjye byose, ibyanjye by'Umutoni n'Umulisa, yanyatse numero yanjye ya telefoni. Haciye iminsi aza kunterefona ampa gahunda ko azaza kunsura. Nabanje gutekereza byinshi dore ko nari maze kuraruka, ntekereza ko nawe ahari aje kwivuza urukundo.

Umunsi yampaye wo kunsura warageze. Inshuti zanjye z'abasore zakundaga kunsura cyangwa turi kumwe, ndazirukana nzibwira ko uwo munsi ndaba ntahari.

Ndamwitegura bihagije. Bidatinze nko mu saa munani za nimugoroba mbona ansesekayeho. Ndamusuhuza ndamuhobera cyane, hanyuma muha karibu mu nzu. Turaganira, ndamuzimanira, turasabana mbese. Mu gihe ntangiye kwinyara mu isunzu ngo mubwire ijambo dore ko abahungu dushyuhaguzwa kubi, ahita atangira kumbwira ikimugenza. Ndaceceka mutega yombi.

Nakubiswe n'inkuba azanye dosiye y' Umulisa n' Umutoni. Ambaza isano iri hagati yanjye n'abo bakobwa, mbura ayo ncira n'ayo mira[1]. Abonye nguye mu kabazo ahindura ibiganiro atangira kumbwira ko nawe ankunda. Nagaruye akanyamuneza turongera turaganira.

Nashidutse na none yangaruye muri ya dosiye y'abo bakobwa. Ansobanurira uburyo bidashoboka kubakunda bombi. Aranyinginga cyane ansaba guhitamo umwe kuko icyo ndi gukora ari nko kwatsa umuriro ntazashobora kuzimya. Yansobanuriye ko Umulisa n'Umutoni bari inshuti, ariko bigeze gupfa umusore wari wimukiye hafi aho, ariko k'ubw'amahirwe wa musore yari afite umugore wundi, yari yaranaciye mu irembo. Nuko ntibabipfa cyane kuko ntawabashije kumwegukana. Umugore we yahise aza bakora mariyaje[2]

Yambwiye ko nyuma yo gushwana kw'abo bakobwa, byabaviriyemo kwangana no gupingana cyane. Anyumvisha uburyo ibyo nari ndi gukora bishobora kuzatsa undi muriro na none.

Yansabye bose kubareka, ariko ndamuhakanira nti: *"kereka nimbareka akaba ari wowe dukundana, ho nakwemera."* Abwira ko byashoboka ati: *" ariko nanjye bose ni inshuti zanjye. Urumva ko nanjye naba ndi kwirahuriraho umuriro"* Yageze aho noneho ansaba gufata umwe undi nkamuhakanira kandi mu kinyabupfura. Angira inama yo kuzafata unkunda cyane n'ubwo atari azi uwo

---

[1] Amayirabiri, kubura icyemezo ufata.
[2] Marriage, ubukwe

ariwe muri bombi. Byo cyakora ndabimwemerera kugira ngo ahagarike amasomo yari yihaye kunyigishaga kandi anjyana aho ntari bushobore kumubwira ijambo. Numvaga nawe ahubwo yakwiyongera ku mubare bakaba batatu kuko nawe yari mwiza kandi nawe numvaga ikifuzo kiri kumunsaba.

Ubutumwa we yifuzaga kumpa, yari abumpaye. Hanyuma yifuza gutaha, nuko ndamuherekeza arataha, ansezeranya ko nimfata icyemezo cya kigabo azongera akansura mu ibanga bose batabizi akanshimira. Narabyumvaga se ahubwo narwaniraga kumureka ngo agende imbere ngende ndi kwihera ijisho kuri ubwo bwiza bwe. Uzi ukuntu yari afite amaguru meza? Uzi ukuntu yari ateye neza?

Kidobya[1] yaje gufuhira mubyara we. Aragenda arabimukoza. Umulisa biramubabaza ariko arihangana aza kunshaka ngo mbimusobanurire neza. Umukobwa twakubitanye mfitemo nka Mutzing nk'eshatu kujyana hejuru, mfite akanyamuneza nahimbawe. Nti: *"rwose sinshobora kuguca inyuma kandi nawe urabizi, ko naguhaye urukundo kugera gupfa? Ukuntu ngukunda ibyo nabihera he? Abo ni abanzi baba badashaka ko tubana njye nawe. Ngo 'ntawubuza inyombya kuyomba!' Ahubwo ngwino twiganirire ibyacu.* Yarandaje ataha bukeye.

Nubwo namuhakaniye ariko ntiyashizwe, yakoze iperereza rye. Umutoni nawe yaje guhura na wa kidobya mubyara w'Umulisa.

---

[1] Mubyara w' Umulisa utarashaka ko nkundana n'Umutoni, arabidobya.

Kidobya abimubajije, ati: *"nibyo rwose, none se Umulisa yashakaga kuntwara urya musore wa mbere aziko ari we musore uba ku isi wenyine? Nabonye inshuti nkunda kandi nayo inkunda. Ahubwo nzajya kumumuratira. "*

Kidobya aranyaruka ajya kubibwira mubyara we na none. Sibwo umuriro koko ujyiye kwaka! Kandi nari narabiburiwe ariko kubera ubuhehesi[1] nanirwa gufata icyemezo. Njye rero numvaga bose nta n'umwe uzamenya iby'undi.

Umutoni yaje kunsura uko yamenyereje, ka kabyara k'Umulisa karanyaruka karabimukoza dore ko kari karigize maneko we kandi nanjye karihaye kunchunga. Nagiye kumva numva urugi rutuguye hejuru. Ndebye mbona ni Umulisa yasizoye[2], ari kumwe na ka kabyara ke. Ubwoba bwaranyishe nsohoka niruka ndahunga.

Umulisa nawe icyo yakoze yahise asimbukira Umutoni amugwa hejuru ku buriri, baragundagurana. Ka kabyara ke kasohotse kankurikiye ngo kangarure, sinzi ukuntu kankoze ku kuboko mba ndagahindukiranye, mba ngacaniriye urushyi rwiza rwiza, karagenda kabandagara ku rugi. N'ubundi niko kari kakije umuriro.

Nahagaze hanze mbura uko ngenda kubera ko nari nambaye ikabutura gusa, mpagarara akanya gato, maze ako kanya mba

---

[1] Kwirirwa inyuma y'abakobwa kandi bose ushaka kubatereta.
[2] Yarakaye cyane

ngaruye ubwenge ku gihe, nibuka ko maze gukubita umuntu akagwa. Nagarutse niruka nje kureba niba atakomeretse ngo mufashe. Mpageze aba arambonye yirukankira mu kindi cyumba akingira imbere. Mba ndongeye nibuka ko abakobwa bombi nabasize barwana mu cyumba. Ngaruka mu cyumba nsanga Umulisa yakubiswe bya hatari ari kuvirirana. Ambonye ahita ampungiraho ngo mutabare. Mbitambikamo hagati ndabakiza, maze Umulisa anyegamaho avugana ikiniga, amagambo menshi avanze n'agahinda n'amarira, numva imbabazi ziraje.

Nibutse ko arinjye wamushotoye mujyana mu rukundo no nkaba mukubitishije. Ntangira kumuhoza muhanagura amarira muhumuriza. Yanyibukije umunsi mubwira ko mukunda bwa mbere maze yansezera akabona nta mbaraga mfite akagaruka kumfata ngo ntagwa. Yanyibukije amagambo menshi nakoreshaga mu gihe nabaga ndimo mutereta, numva umutima wose w'urukundo uragarutse nanjye ikiniga kiramfata.

Ubwo aho twari duhagaze mu nguni y'icyumba, Umutoni yaraturebaga yicaye ku gitanda atavuga, areba ibyo turimo. Ahagurukana umujinya, aduhagarara imbere, arambaza ngo hagati ye n'Umulisa nimpitemo uwo nkunda.

Narahagaze ndeba hejuru mu gisenge cy'inzu, mbura igisubizo. Ndebye Umulisa nari mfashe mu ntoki mbona yararamye arandeba ku munywa, ategereje ijambo ngiye kuvuga. Ndebye Umutoni mbona amarira ari gutemba ku matama ye. Narekuye Umulisa ngo njye guhoza Umutoni mbona Umulisa nawe arongeye ararize. Noneho ndahagarara ndi gutekereza icyo nkora byanyobeye. Mugihe ndi gutekereza icyo nkora, mbona Umulisa arikubise arasohotse. Nsohoka mukurikiye, ngize ngo ndamufata amvundereza amacandwe menshi mu maso ahita agenda. Nagarutse mu cyumba nihanagura amacandwe, mpura n'Umutoni nawe ari kwambara neza ishati, yasizoye abonye nkurikiye Umulisa. Namukozeho ancanira urushyi, mu gihe nkizungera aba yagiye.

Ya ya ya ya ! ngo: *"ibyago bigwira abagabo koko!"* Nasigaye nanjye nabaye nk'umusazi. Muri bose nabuze uwo nkurikira. Kandi nari narabiburiwe hakiri kare nanga kumva! Nararyamye mbura ibitotsi, nigaragura mu buriri ariko wapi! Gutekereza gusa nabwo ndimo gutekereza ibintu bibi gusa.

Nageze aho nigira inama yo kujya gushaka Umulisa ngo musabe imbabazi kuko mu byukuri, naramukunda kandi ari nanjye umushaka kurusha we uko anshaka, ariko numva ntari bubone aho muhera. Nigiriye inama yo guterefona wa mukobwa wangiriye inama mbere, ngo musabe amfashe kumwinginga maze mwemerere ko ari we wenyine nzakunda ntazongera kumuhemukira.

Umukobwa aranyemerera turagenda. Twageze kwa Umulisa, tuhasanga ka kabyara ke aba ariko kaduha karibu. Narakabonye ncika intege ariko ndikomeza. Twasanzwe Umulisa yarembye ari mu buriri; yari yakubiswe cyane kandi noneho n'agahinda ari kose. Twinginze mubyara we ngo amubyutse aranga. Wa mukobwa ageze aho yinjira mu cyumba cy'Umulisa yari arimo.

Umulisa yamweretse akaboko ke kari kavunitse kabyimbye, amwereka ahantu Umutoni yari yamukomerekeje yamuriye inzara n'amenyo, nuko aramutsembera. Amuhakanira amubwira ko adashaka no kuzongera kumbona mu maso ye. Amubwira ko ahubwo agiye guhamagare polisi akavuga ukuntu namukubitishije nshaka kumwica. Amubwira ko barahita bamfunga (uretse ko byari na byo). Numvise hajemo Leta[1], mva ku izima ndataha.

Nabuze amahoro mu rugo, mbura byose nk'ingata imennye. Ndeba hasi ndeba hejuru ariko mbura icyerekezo. Agatima-nama kambwira ko ngomba gushaka Umutoni kuko we yankundaga cyane. Kati: *"buriya kubera ko agukunda, arahita akugarukira."* Mba ndashyuhije n'iwabo. Ngeze muri karitsiye nsanga umukobwa w'inshuti ye bari baturanye, anyakiriza inkuru mbi ko Umutoni yanyweye umuti w'imbeba ashaka kwiyahura bakamufata atarapfa. Ko ubu ari kwa muganga muri koma. Ati : *"ubu bamaze kuduterefona batubwira ko ashobora gukira. Ubu polisi iri guperereza ngo imenye icyatumye yiyahura."*

Numvise naho hajemo Leta mba ndirutse.

---

[1] Abashinzwe umutekano, police

Nagiye iwanjye mfata utwangushye[1], nimuka igitaraganya ndahunga njya kure, mpungira i Gisenyi.

---

[1] Ibintu biterurika nashoboraga guhungana

Mu guhungira i Gisenyi, mu by'ukuri nta muntu n'umwe nari mpazi. Ni uko gusa ariho hanje mu mutwe nkumva ko ariho nahungira, batashoboraga kumbona cyangwa kunkekera ko ariho ndi. Ni no hafi y'umupaka, numvaga nibankurikira nzambuka nkahungira i Goma.

Tagisi yatugejeje i Gisenyi, ndayishyura ndasohoka, ngeze hanze ariko mbura icyerekezo. Nta muntu n'umwe nari nzi muri uwo mujyi. Ndagenda nicara hafi y'agakiyosike[1] ka MTN. Ndicara, ariko mbura icyerekezo. Inzara kandi nayo yari ingeze habi[2]. Ndasodoka njya kuri butiki[3] yari aho hafi icuruza amata. Ninjiyemo mpasanga umumama wahacururizaga ari kumwe n'umukobwa wari wicaye aho muri butiki, ariko nacyo ari kuhakora. Asa nk'aho yaje kuganiriraza uwo mumama gusa. Ngura amata n'amandazi ntangira kurya. Wa mukobwa aba aranshotoye ansaba ngo nawe mugurire. Ndamugurira, ariko wa mumama ambwira ko we ahaze ati: " *urakoze*"

Umuntu w'umushyitsi utamenyereye ahantu arigaragaza cyane. Ubwo batangiye kunganiriza, maze uwo mumama arambwira ngo ntabwo ndi uw'aho. Ashobora kuba wenda yarambonye mva mu modoka kandi nkicara hanze igihe kinini n'igikapu ku mugongo, nk'umuntu udafite iyo ajya cyangwa utazi iyo agiye. Ambaza aho nkomoka ndamubwira. Ambaza abo nje gusura, mubeshya ko nje

---

[1] Quiosque
[2] Imereye nabi
[3] Boutique

gusura umunyeshuri twiganana, ariko ntafite aderesi ye yuzuye none nkaba nabuze uko mubona. Kandi terefone ye itari gukora.

Cyakora hari umusore twigeze kwigana wavaga mujyi i Gisenyi witwaga Hamadi. Muvuze baramuyoberwa kuko ni izina rusange buri wese yakwitwa.

Wa mukobwa Sofiya twasangiraga, yarishimye abonye muguriye ibyo kurya. Ambwira ko ari bumfashe kumushaka.

Twarangije kurya, tuganira gato, Sofiya afata igikapu cyanjye ati: 'tugende'. Umumama ndamusezera turagenda.

Umukobwa yanjyanye iwe. Nsanga aba ahantu heza cyane. Abika igikapu cyanjye, ubundi dufata inzira tuzenguruka umujyi. Turabaririza, wapi. Hamadi uwo, n'ubundi sinari nzi niba atuye muri uwo mujyi neza kuko nari ntarahagera. Ni uko gusa ku ishuri numvaga avuga ngo niho akomoka.

Bwatangiye kwira ntangira kubunza imitima ntekereza ahantu ndi burare byanyobeye. Sofiya ati: "ntugire ikibazo nitumubura ndagucumbikira."

Apuu! Ikibazo cyo kuryama byibuze ijoro rimwe cyari gikemutse. Turataha, Sofiya arateka turarya, turangije turaganira gato, igihe cyo kuryama kiba kirageze. Nuko anjyanye mu cyumba cye. Ati: "*uraryama hano.*"

Nkuramo imyenda ndaryama, maze kuryama nawe mbona akuyemo imyenda yose araza andyama iruhande. Sha nta n'ikibazo byanteye ngo mbitekerezeho cyane. Ko hari iwe se? ubwo numvaga ko yankunze nyine kandi nanjye nkaba mbiporofitiyemo[1].

Twarararanye buracya turirirwana. Ambaza ko nywa inzoga maze arangurira. Nararyohewe nanjye ndashyokerwa ndagura. Tugeze aho tuva mu rugo anjyana mu kabari. Turara tunywa budukeraho. Sibwo umukobwa andaruye! Akabari kaba karatubonye sasa. Tukirirwa tunywa, tsugataha nijoro bwije tuza turyama.

Abakobwa bibana baragatsindwa! Mu cyumweru twamaranye, sinigeze na rimwe ntekereza ku wo yaba ariwe, kubera ko twamenyanye amfasha, anyereka umutima mwiza ndetse akancumbikira. Yampindutse mu masegonda gusa. Yabonye amafaranga adushiranye, ahita anyandikira fagitire ngo y'iminsi ndaranye nawe, ngo ngomba kumwishyura kuko niyo businesi[2] ye. Ntabwo nari nzi ko ari mabeshu butwi wahebuje, ba bandi bategera mu tubari no ku muhanda. Sinigeze ntekereza ko yampinduka gutyo.

Inshuti ze zose z'abakobwa, zari nziza ariko ubona zidasobanutse. Zivuga amagambo atameshe[3] gusa yandagaza. Gusa we yirindaga

---

[1] Profiter, nabyungukiyemo
[2] Business, ibyashara
[3] Amagambo adahesha icyubahiro nyiri ukuyavuga

kuyakoresha. Kandi niyo twabaga turi mu kabari, ku muntu umenyereye uko indaya zikora, yari guhita amumenya.

Abantu bose bari baziranye, bifuza kutugurira inzoga njye nawe. Ubushwi[1] bwanjye nti: *"buriya ni ubwo ari mwiza kandi akaba yigirira umutima mwiza ufasha buri wese, buriya ni abashaka kumutereta."* Erega nkafuha! Uretse ko ntaho yampishe, iyo mba umumenya nari kumumenyera ku munsi wa mbere, ukuntu naryamye agahita akuramo imyenda ye yose akaza kundyama iruhande nta no kugira isoni byibuze nk'abandi bakobwa. Gusa nta mahitamo nari mfite, nagombaga kubyemera kuko nta handi nari bujye kandi aho ntihari iwanjye.

Yampaye fagitire ndivumbura nshaka kwisaza, aranyihorera. Mu gitondo narabyutse nsanga igikapu cyanjye yakijyanye kukibitsa ku nshuti ze. Nisajije, n'imyenda nari kwambara aba ayijanditse mu mazi. Navuye mu buriri niruka afata umwuko aba arawunkubise. Sinihanganye ko ari umukobwa, nahise mushota[2] yitura hasi avuza induru. Agasore kari inshuti ye niko kaje guhurura, kahageze nako ndagashota. Gasohoka kiruka kajya guhuruza polisi.

Mu minota nk'itanu gusa ntaranicara, nagiye kubona mbona inzu abapolisi barayigose, bansaba gukingura. Nabonye bagiye kwinjira mu nzu, mpita mfata ijipo y'uwo mukobwa ndambara kuko niyo

---

[1] Kuba igishwi, kurangara kandi hari ibyo wagombaga kwitaho
[2] Kumukubita imigeri nk'ukubita umupira.

yari hafi. Polisi ihageze itangazwa no gusanga nambaye ijipo, kuko nta myenda yanjye yari isigaye aho. Sinari no kubona uko mpunga nta kintu nambaye.

Komanda[1] yarabanje aricara araseka gusa. Ambaza nimba nta kibazo mfite mu mutwe. Nuko mutekerereza uko byagenze byose, n'uko nageze kwa Sofiya. Mubwira uko uwo mukobwa twahuye ntamuzi nawe atanzi, ko gusa yangiriye neza akancumbikira ariko ntari nzi ko uwo ariwo mwuga akora.

Umukobwa yameye kunsubiza igikapu cyanjye, avuga ko atari bunyishyuze ya fagitire kuko niwe wanzanye mu rugo rwe atansobanuriye. Arongera anyemerera no kugumana nawe aho ngaho. Ariko komanda aranga, ngo ngomba guhanwa byibura nkafungwa nk'icyumweru kuko narwanye mu rugo rutari urwanjye. Uretse ko nari nanahahamutse, mu buzima bwanjye natinyaga imbeshu byasaze. Natekereje ko nshobora kuhaguma nkahavana imbwa yiruka.

Komanda yaramanukanye ajya kumfunga. Yamfunze iminsi ine, aramfungura. Ngeze hanze mbura aho nerekeza. Nsaba umupolisi wari umfunguye ko yaba andekeyemo byibuze nk'umunsi umwe nkatekereza aho nzerekeza.

Umupolisi yaranyitegereje, areba ukuntu abandi babafungura bakagenda bishimye batareba inyuma, hanyuma njye yamfungura,

---

[1] Umuyobozi w'abapolisi cyangwa abasirikare.

aho kugenda nkaba ndi ku musaba kongera gusubira muri gereza mbuze aho nerekeza, arumurwa. Ahita anibuka uko baje kumfata bagasanga nambaye ijipo n'ukuntu wa mukobwa twarwanye(Sofiya, ya mbeshu) nawe yongeye akangirira impuhwe kuko nawe yabonye ko ntari bubone aho njya, nuko mbona umupolisi biramucanze.

Yaragiye yinjira mu biro ansiga aho njyenyine hanze yansohoye. Nka nyuma y'iminota icumi aragaruka arongera arahansanga. Ahita anjyana mu biro bye.

Ikibazo cya mbere yambajije, yambajije niba ntarwaye mu mutwe ndi muzima ntekereza neza. Ndamuhakanira ko ntarwaye. Ikibazo cya kabiri yambajije niba ntanywa ibiyobyabwenge. Nabyo ndamuhakanira, musobanurira uko byagenze byose kugira ngo ngere kwa Sofiya, mubwira n'ukuntu navuye i Kigali, ariko mubeshya nyine. Arandeba, ariko abona ntasa n'abantu binzererezi.

Yanshyize mu modoka anjyana i we mu rugo. Ati : *"guma aha nzagushakira itike ikugeza i Kigali utahe."* Nasanze abana na nyina n'agakobwa k'agakozi k'akangavu. Niyongera mu muryango mba uwa kane.

Nyina yari umukecuru w'umutesi cyane. Nkihagera yarankunze kubera ukuntu nigwangaritse nkamwitwaraho neza. Umukeru arankunda, akajya ambaza niba nzataha. Nkamusubiza ko nakunze iwe, no muri uwo mujyi muri rusange. Mubwira ko nasanze abantu baho bakunda abantu cyane, nkaba numva nahigumira.

Umukecuru yabwiye umuhungu we ko agomba kundeka nkibera aho kuko ndi umwana mwiza kandi ndi imfubyi. Ku mutima nti: *"unkuye aho inyoni yakuye ibivuzo, byari bigiye kuborera mu kibindi"* umukecuru twigumanira gutyo nk'umwuzukuru we.

Uretse ko ngo *'aho umutindi yanitse ritava'*, hashize umwaka umwe gusa, ka gakozi kabo kaza kumbwira ko gatwite. Ngo kandi umukecuru yatangiye kubikeka no kubimubaza. Yambwiye ko nta kundi yazabona abisobanura, ambwira ko azabivuga. Ubwoba bwaranyishe, ntekereza ukuntu navuye i Kigali mpunga ibibazo, nagera i Gisenyi nkagwa mu bindi, ndetse nkanabifungirwa.

Natekereje ukuntu nagiriwe ikizere muri urwo rugo, n'ukuntu umupolisi yangiriye impuhwe, nkeka ko ibyo byo bije noneho nzabigiramo inyago bikomeye. Komanda noneho ntiyari kumfungura. Yari kubona ko ariyo mico yanjye ko n'ubusanzwe nananiranye.

Ubwo se koko, uwo mukozi wa bandi, nari kwiregura nte ko namuteye inda koko? Ubwo nari kwihandagaza nkabemerera ko mukunda kandi nzamurongora? Ishyano rigwira abagabo rwose!

Umunsi yabimbwiyeho naramushutse ngo ngiye kubyigaho. Uwakurikiye, narabyutse ari mu rukerera mena ijoro. Tagisi yantwaye yageze i Kigali saa mbiri za mu gitondo. Iby'uwo mukozi mba ndabisimbutse. Ntibamenye n'aho narengeye.

Gusa ikintu kijya kimbabaza n'uwo mwana wanjye uzandagara agakura atazi se, kandi na nyina atifashije. Ni agahinda gusa muri iyi si! Ubu nanasubiyeyo sinamubona. Ibaze nk'uwo mupolisi nahemukiye gutyo we hari impuhwe azongera kugira? Nyina we nta kibazo, n'ubundi abantu bakuze uko ibibazo bije niko babyakira. Baba baziko bibaho.

Nagarutse i Kigali, nsanga dossiye ya ba bakobwa ba mbere; Umulisa n'Umutoni isa nk'iyararangiye. Ariko ntinya gusubira aho nabaga, njya ku Kicukiro, ahabaga umusore w'inshuti yanjye witwaga Claude.

Claude yaranyakiriye, amfasha gutangira ubuzima bwo mu karitsiye[1] ntari menyereye, amfasha gushaka inzu no kuyimenyereza.

---

[1] Quartier

59

Diane

Ntihaciye kabiri, igipangu Claude yabagamo, habagamo undi mukobwa witwaga UWASE DIANE... Diane kwiga yari yararangije segondere, ariko yibera aho ngaho ari umushomeri, Yibanira na nyina gusa.

Diane yari umukobwa mwiza, uteye neza kandi ufite umubiri mwiza n'uburanga, abasore bakunda kuvuga ko ateye ubusambo. Abantu benshi baramukundaga, n'ubwo bamwifuzaga ntibamubone.

Claude nawe yari yaramugerageje. Yambwiye ibye byose arangije aramumbuza. Ambuza kuzamuvugisha n'umunsi n'umwe. Ati: *"Diane ni mwiza, ariko si mwiza ku mutima. Yarampemukiye ku buryo budasubirwaho."*

Yakomeje anyuriramo ibye nawe; yambwiye ko Diane na nyina bakimara kwimukira aho muri icyo gipangu, Claude ariwe musore wa mbere wabomye uburyo bwo kumuvugisha.

Claude ngo barakundanye, ariko ambwira ko icyo bapfuye ari uko umukobwa yashatse kumubeshyera ko yamufashe ku ngufu kubera nyina yari abafatiye mu cyuho, hanyuma umukobwa kwikura mu isoni abeshyera Claude ko yashakaga kumufata ku ngufu. Ngo bashatse kumufunga ndetse Claude biramukomerana, ariko imiryango ibijyamo basaba imbabazi barabireka. Kuva ubwo rero ni ho yahise amwangira urunuka.

Yagerageje nanjye kumunyangisha, arabinyumvisha neza. Diane namubona nkumva ndabiriwe, nkamuhunga. Naramubonaga nkahita nibuka ibyo Claude yambwiye byose; nishyiramo ko ashobora kunkorera ubugome nk'ubwo yari yaramukoreye.

Kwa kundi njye nagendaga ndushaho kumwiyima we niko yagendaga arushaho kunkunda.

Mu minsi ya mbere yaransuhuzaga simwikirize, ariko ntacike intege. Antwara gahoro gahoro, noneho nanjye uko tugenda tumarana igihe nanjye ngenda ncika intege; atangira kujya ansuhuza rimwe na rimwe nkikiriza. Akambaza utugambo tw'amafuti nkamusubiza ariko nkahita muhunga.

Uko tugenda dutinda nkabona noneho adashaka ko muva iruhande cyangwa namuhunga akankurikira. Nkabona ashaka ko ikiganiro cyakomeza rwose. Ariko umutima wakubita ku magambo ya Claude, haaa! Bigatuma ninyakura vuba nkamucika[1], ngo ejo nanjye atazavaho ambeshyera. Kandi mu by'ukuri se, nari nzi icyo bapfuye? Uretse ibyo Claude yari yarambeshye nageze aho nkishyiramo ko ari amatiku.

Diane yajyaga akunda kunserereza ngo ndi timide[2], kubera yashakaga ko mwisanzuraho ariko akabona ntinya. Ntabwo disi yari azi ikibintera!

---

[1] Nisubiraho nkamuhunga
[2] Igifura, umuntu utinya abandi

Umunsi umwe njya gusura Claude. Nari kumwe n'umwana wa masenge. Yasaga nk'aho turi mu kigero kimwe kuko yari yarakuze avumbutse.

Turi kumwe nibwo nyamukobwa yazaga aradusuhuza, hanyuma dutangira kuganira nawe:

- *Nseko uyu musore ko musa, mupfana iki? Cyangwa ni murumuna wawe?*
- *Ni murumuna wanjye. Ankurikira bwa kabiri.*
- *Ko ari mwiza cyane se? Iwanyu mushobora kuba mubyara abana beza gusa.*
- *Eh ! cyane. Wamukunze se?*
- *Yego sha !*
- *Ngaho mukwe niba wamukunze!. Mpa amafaranga makeya gusa.*
- *Nzayakuzanira mu rugo, ejo.*

Yahise afata wa mwana amukurura ariko bakina ashaka kumujyana mu nzu ngo namumwihereye, ariko wa mwana agira isoni, akajya amwiyaka. Bageze aho aramurekura. Tuganira nawe akanya gato ubundi tumusezeraho turigendera.

Hashize iminsi narabyibagiwe, nza kuza kwa Claude noneho ndi njyenyine. Mpageze nsanga nta wuhari. Mu gihe mpindukira ngo ntahe, numva ijwi rirampamagaye. Ndebye neza nsanga ni Uwase Diane arimo ampamagarira mu idirishya ry'iwabo. Ampa karibu muri salo iwabo, dore ko ari nabwo bwa mbere nari ninjiyemo.Atangira kunganiriza udukuru twinshi. Ageze aho ati:

- *ejobundi nahuye na murumuna wawe hariya hepfo, nuko ndamusuhuza. Nshatse kumubaza aho uri mbona afite isoni nyinshi cyane, yanga kunsubiza ahita ansezera. Ashobora kuba agira isoni , cyangwa se atinya abantu cyane. Kubera iki yantinye ntashake kumvugisha?*
- *Buriya ahari ni uko agukunda.*

mbivuga ariko nshaka kumukura mu isoni.

- *None se wowe ko utantinya ntunkunda?*

Nzunguza umutwe, mbona arababaye ariko arihangana akomeza kumvugisha

- *nari ngukumbuye, kubera iki utakiza hano kenshi? Uzisubireho ujye umenya ko tuba tugukumbuye.*
- *Niba unkumbuye wagiye uza kunsura. Kuki wumva ko ari njye ngomba kuza hano?*
- *Ushaka ko nzajya ngusura? Nzagusura undambirwe. Ba uretse gusa.*

Claude nari mubuze, ngomba kwitahira ngahunga n'uwo mukobwa washakaga kunganiriza ngo twirirwane aho. Nuko nditahira. Umukobwa bimwanga mu nda, ati: *"ndaguherekeza."*

Mu nzira twagiye tuganira, tugeze ahantu, afata ingofero yari yambaye arayinyambika, ngo arebe ko imbereye, ati : *"si nziza se? Uzi ukuntu wabaye mwiza noneho ?"* ngiye kuyimusubiza aranga ati: *"tugende ntihabura n'undi ukubwira ko ikubereye."*

Umukobwa twarinze tugerana mu rugo iwacu. Nuko yanga kwinjira ngo namurangaje tugerana mu rugo kandi atabiteguye. Ati:*" nzagusura ikindi gihe vuba aha nabiteguye"* Arangije ansezeraho arataha.

Gutegura yavugaga njye niko ntumvaga icyo bishatse kuvuga. Ariko siniriwe mbitindaho, yego nabonaga anyitayeho ariko singire icyo mbitekerezaho cyane, kubera rya tiku Claude yari yaranyinjijemo.

Nk'ejo bukeye bw'aho, nko mu ma saa mbiri za mu gitondo, nyamukobwa aba ansesekayeho. Ati:

- *Nje gutwara ingofero yanjye ejo warayinyibagije.*
- *Ingofero? Si wowe se ... sinayiguhaye ukayanga ngo nkomeze nyambare. Ariko iri hariya mu cyumba, reka ndangize kunywa icyayi ndaje nyiguhe.*
- *Banza uyimpe ndi gutinda sha!*

Yashakaga ko ndeka kunywa icyayi, nkabanza kujya kumuzanira ingofero, ndanga. Nuko aba abatuye terimusi n'umugati nari kurya wari ku isahani, abyirukankana mu cyumba, arambwira ngo nimbanze nze ngo muhe ingofero ye. Nanjye mpaguruka vuba nshaka kubimwaka ariko aba yageze mu cyumba. Nsanga yabiteretse hasi hirya aho ntari bugere, araza antangirira mu nzira ngo ntajya kubifata.

Nashatse kumunyuraho nkoresheje ingufu, arabamba[1]. Turagundagurana maze amfata amaboko yose, ansunikira ku buriri, arasimbuka angwa hejuru, arongera aramfata ariko mbona asa nk'ushaka kunsoma.

Nnjye nari maze kurakara, nabaye nkuhina amaguru mukandagira munda. Kubera ko yari anyunamye hejuru, nkandagira munda ye, ndasunika n'ingufu nyinshi aragenda akubita ikibuno hasi, ahita arambarara.

Hashize akanya mbonye adahise ahaguruka ntekereza ko yaba avunitse . Mbaduka vuba na vuba n'ubwoba bwinshi kugira ngo muhagurutse ndebe niba ntacyo yabaye. Muhagurutsa atavuga kandi asa nk'aho yavunitse koko. Musaba imbabazi, maze muha ya ngofero.

Amaze kuyifata ahita yiruka ajya mu muryango atangira kunserereza, anjomera cyane ngo ndinaniwe. Ngo:*"umuntu muzima w'umusore arinanirwa kandi ntako umukobwa atagize. Nzabibwira n'abandi bose bakumenye ko uri ikigwari."*

---

[1] Ambera ibamba, anfungira inzira

Isoni ziramfata, ikimwaro kirantaha numva nkoze ishyano. Ntangira kumwegera gahoro gahoro muguyaguya kugira ngo agaruke nivane mu kimwaro nari nishyizemo, mpinyuze ibyo yansererezaga. Nuko ahita asohoka yiruka aransiga. Ahagarara mu bantu akomeza kunserereza.

Nanjye nakomeje kumukurikira ngira ngo mugarure, ariko kubera ko uko yampungaga yaganaga mu bantu benshi anserereza, mbona ni ukwisebya ,ndabireka nigarukira mu rugo.

Nagarutse mu rugo numva nsebye. Natekerezaga uburyo ninaniwe akarinda kugenda ansererereza mu bantu, nsanga nanjye ndi ikigwari koko. Natekerezaga byinshi nkibaza impamvu ntahise mufatirana, numva mbuze amahoro mu mutima. Niko guhita njya kuryama, ariko ibitekerezo ari byinshi cyane. Ukuntu yari na mwiza se sha!

Ibyo narimo gutekereza byose hashize akanya gato ndasinzira. Naje gukanguka, nshiduka nibutse ko hari umuntu twari dufitanye gahunda, kandi isaha zari zarenze mbona ntakigiyeyo. Nsohoka nziko ngiye kumuterefona nkamubwira ko byahindutse.

Nageze ku irembo, mpura n'undi musore wari uje kunsura wari inshuti yanjye witwaga Fils. Nuko ambaza aho ngiye ndahamubwira ariko mubwira ko nje ntatinda. Muha imfunguzo ngo abe agiye mu rugo , ndamusangayo mvuye guterefona.

Uwo nari ngiye guterefona twahuriye mu nzira aje kunshaka no kureba impamvu ntaje. Nuko nicoka mu modoka ye, twigira muri gahunda nibagirwa ko mfite n'umushyitsi mu rugo.

Aho ngarukiye nasanze Fils yantegereje yarambiwe ndetse yasinziriye yanakangutse. Mu gihe njye nari kwisobanura, we yari yatangaye, yimyoza, ngo:" *ibyo nta kibazo kirimo."* Ati : *"ahubwo aha haje umukobwa !*(yifashe kumunywa).*Uhhhhh! Uhhh! Niba ari inshuti yawe rwose, udutsinzwe igitego cy'umutwe. Warihereje pe! Ntabwo wihangitse."*

Numva anteye amatsiko menshi ntangira kumubaza uwo ariwe, ageze aho ambwira uko yamubonye.

"nari nsinziriye, ariko sinigeze nkinga urugi kubera ko nari nzi ko ugiye hafi nk'uko wari wabimbwiye. Nuko agatotsi karanyiba. Nagiye kumva numva meze nk'uri kurota, umuntu wasaga nk'umpamagara, ariko avuga izina ryawe: 'Nseko! Nseko! Byuka ni njye, Byuka!' kandi yarimo anyeganyeza. Maze nkangukana ibitotsi byinshi. Yari yinjiye mu ishuka yandyamye iruhande, akaboko yakandambitse mu gituza, amvugisha ansomagura mu maso hose.

Mvuze, yumva ijwi ntarizi, maze yirukankira gucana itara. Arebye abona si uwo yashakaga. Nabibwiwe n'uko yiyamiriye ngo:'siwe!'

Numvise ari akajwi k'umukobwa, nanjye mpita mbyuka vuba. Yatangiye kumbaza aho uri, nanjye ndi kumwitegereza. Yabonye nsa nk'ufite wasiwasi nyinshi ntari kumusubiza neza ndi kuvugishwa, ashaka guhita asohoka. Ariko mbonye agiye gusohoka, mubwira ko hari aho ugiye hafi kandi ko waba uri hafi kugaruka, ngira ngo yicare agutegereze. Nuko mbona arigendeye. Ngo 'nkubwire ko ari Diane wari uje kugusura none ukaba wihombeye.' Namwinginze ngo agutegereze aranga, kuko nanjye numvaga yakwigumira aho.

Mbira se? uriya mwana ko ahiye[1]? mwamenyanye ryari? Sha ni uwo kabisa, hose aruzuye[2]. Ahubwo dore ubaye uwa mbere pe! Nabonye ari umwana mwiza cyane w'imico myiza. Sha waratomboye. Sha buriya wamuhangaye[3] ute sha? Abagira inkwi murya ibihiye!"

Ubwo nge nasaga nkuwaguye mu tubazo twinshi. Sinari nkiri kuvuga no kumva ibyo yambwiraga. Natekerezaga ibintu Diane yari yankoze mugitondo, ntekereje n'ibyo akoze mugenzi wanjye, ndumirwa.

Nashatse kubeshya Fils ko atari uwanjye ko ari uko tuziranye gusa, yari anyishe. Ngo: *"ibintu yashakaga kunkora azi ko ari wowe! Biragaragara ko muziranye kandi atari ubwa mbere musanzwe mumenyeranye. Erega byemere nta gisebo kirimo kandi rwose yaguhesha ishema."*

---

[1] Arakeye, ameze nk'umuneke
[2] Nta na kimwe abuze, iby' ingenzi byose arabifiye
[3] wamutinyutse

Tugeze aho tubivamo dutangira kwiganirira ibindi bisanzwe. Kubera ko yari yarambiwe, maze ambwira ko ashaka gutaha, yari yantegereje umwanya munini. Nuko ndamuherekeza arataha.

Mu kugaruka naje ntekereza kuri uwo mukobwa, ibyari byabaye byose. Mu by'ukuri nta na rimwe nari narigeze mutekereza gutyo, ariko numvise atangiye kunyinjira. Aho byapfiriye cyane ni aho Fils yarimo ankabiriza anyumvisha ukuntu umukobwa ari mwiza kandi ko tumenyeranye. Antera n'imbaraga zo kumukomeza.

Kuva uwo munsi, umukobwa natangiye kubona ubwiza bwe. Ntangira nanjye kumutekereza gutyo. Natangiye kujya nijyanisha gusura Claude buri gihe, akenshi nzi neza ko atanahari. Maze umukobwa nawe yambona agahita andembuza vuba na vuba.

Naruhukiraga mu cyumba cye, nkiryamisha ku buriri bwe, ubundi nawe agahita aza kunyicara iruhande. Cyangwa akandyamaho anyegamiye.

Umunsi wa mbere, uwa kabiri, nageze ku munsi wa gatatu intoki zitakibasha kwihangana. Maze nza kumutemberezaho intoki, yumvise ngeze kure ,atangira kunyiyama. Ageze aho amfata amaboko yose nuko ambwira aseka. Ngo:

- *we wasaze! Ibyo urimo ni ibiki?*

Najye nihagararaho musubiza mukanga nti;

- *uzi se nshaka iki? Ndekura utegereze urebe ibyo nshaka.*

Maze aranseka cyane. Nanjye sinacika intege ndongera. Hashize akanya anyiyama, ageze aho numva arongeye araseka cyane, ngo:

- *njye rero ibyo urimo ukora ntunzi, mbigukoze washiduka winyariye.*

Siniyumvishaga ko byashoboka. Maze muhereza agatoki k'agahera ngo dupinge. Tumaze gupinga, ati:

- *ndagusaba ibintu bibiri gusa...*
- *ibihe?*
- *Umbabarire ntuze kumfata intoki.*
- *Yeee!*
- *Ubundi ngaho nsoma!*
- *Ibyo gusa...?*

Naherutse musoma, ibyakurikiyeho sinabimenye, kuko yahise amanukira mu ijosi, ubundi akajya akoresha isonga y'ururimi n'imitwe y'intoki, kandi umubiri wose. Ku buryo nahise nta ubwenge. Hashize nk'isaha ntazi iyo ndi. Ageze aho arandeka ngo nduhuke. Anyunamye hejuru.

- *Nseko! Nseko! Uri hehe?*

Mfungura amaso ariko mfite isoni nyinshi, arongera araseka.

- *sha uri mwiza Nseko, ubwiza bwawe warabuvukanye. Buzwi n'umutima wanjye ukikubona. Ntiwigeze utuza, wahoraga unkomanga ukumbaza. Ahubwo mbwira ikintu cyagushimisha muri aka kanya k'amahirwe. Mbwira , mbwira sha wintinya, mbwira ikikuri ku mutima!*

Ubwo nanjye aho nari ndyamye nari nahwereye neza. Nsa nk'uri mu nzozi z'ibyishimo. Narimo mwitegereza anyunamye hejeru, apfukamye ku buriri, udutoki twe tundi mu matwi no ku matama ampatira kumusubiza.

Nageze aho nkora mu mufuka w'ipantaro nari nambaye, nkuramo urufunguzo rw'inzu aho nabaga, nuko ndarumuhereza. Aramwenyura, ahita asohoka.

Nagize ubwoba bwo kumukurikira kubera ko ikimwaro cyari cyanyishe. Nageze aho nshaka gusohoka ariko numva ntari bubone uko nsohoka njyenyine muri iyo nzu. Nacunze hirya no hino ku jisho, mba ndahise[1], ntawumbonye. Feri yambere nyifatira mu rugo.

- *ko watinze sheri?*
- *Nari nabuze uko nsohoka kandi abantu bari bakiri hanze, nabuze aho nsohokera.*

Yarongeye atangira bundi bushya. Noneho kurusha ubwa mbere.

---

[1] nagiye

Ampindura nk'agacucu neza nta ubwenge kurushaho.

Yakoze ibyo ashaka byose njye ntazi iyo ndi. Nagiye kwikangura aho ngaruriye ubwenge ku gihe, nsanga ndi njyenyine. Yagiye kera. Nshatse kubyuka birananira, ndongera ndiryamira mpaka mu gitondo.

Kuva kuri uwo munsi, nta soni twongeye kugira, ndetse n'abantu bose batangira kubimenya ko dukundana.

Aho amariye kunyiha wese, urukundo rwanjye rwarushijeho. Rwikuba urwe nk'inshuro ebyiri. Yahise anyinjira mu maraso, mu buzima bwanjye nkajya numva ibyishimo gusa, nirirwa nishimye kuva mu gitondo kugera igicuku kinishye. Nari nsigaye nganira n'abantu ikiganiro ntikirangire; kubera ibyishimo bya Diane yari amaze kunyinjizamo, mu munezero gusa.

Umuntu yashoboraga kuba yankubita simusubize. Niba koko umuntu abyibushya n'ibyishimo, ubanza buri munsi nari kujya niyongera ibiro icumi. Kandi nawe byari uko; uko nirirwaga niko yirirwaga. Buri gihe yashakaga ko muhora iruhande nanjye nshaka ko ampora iruhande.

Claude ntiyatinze kubimenya, kubera ko byari ku mugaragaro noneho ntawe duhisha. Nuko ashaka kongera kumpanura, ariko asanga narahanutse[1], nararenze ihaniro. Ibyo yambwiraga byose

---

[1] Ntawuhana uwahanutse, utagifite gitangira

naremeraga, yajya kubona akabona na none turi kumwe. Ageze aho abona amazi yararenze inkombe, maze aduha rugari[1].

Nari nzi ko umunsi Mama Diane azabimenya tutazakiranuka. Niyumvishaga ko azambwira nabi agahita anca iwe mu rugo. Nari nsigaye mutinya cyane. Niba ari ukubera nari narishyingiye umukobwa we nta nkwano ntanze? Simbizi. Gusa naramutekerezaga nkumva ubwoba burantashye kubera n'ukuntu Claude yamukabirije muri rya tiku rye.

Ariko uko nabikekaga, siko we yabyakiriye. Twari turi mu cyumba cya Diane; nirambitse ku buriri, Diane nawe anyegamyeho. Nyina we sinzi aho yari yagiye, aza adutunguye asunika urugi atazi ko turimo.

Yankubise amaso aramenya, aranansuhuza, ariko kubera isoni ahita yisohokera. Ageze hanze numva akubise agatwenge, yivugisha wenyine. Diane ati: *"wamwumvise mama aho arimo aduseka?"* nti:*"cyangwa sha byamubabaje?"* ati: *"oya! Mama arankunda cyane ntashobora kumbwira nabi. Ahubwo aho kugira ngo andakarire yakwicara akampanura."*

Kuva ubwo nyina yatangiye kujya amfata nk'umukwe nyine. Ibyubahiro n'urukundo rwinshi cyane. Ku buryo niyo namaraga n'igihe ntajyayo, yabazaga Diane aho nsigaye mba.

---

[1] Urubuga rugari, aratureka

Nanjye nkivumbura ko mama Diane ankunda, namwikundishijeho cyane, turamenyerana. Mba nk'umwana cyangwa umukwe mu rugo. Abantu bose bazi ngo Diane yabaye cyangwa azaba umugore wanjye bidatinze.

Diane hari igihe yajyaga ambwira ngo: *"mama aragukunda! Iyo uraye utageze mu rugo aba akunyishyuza. Ambaza ngo wagiye hehe. Ubundi akunda kuvuga ngo afite umukwe mwiza kandi witonda."*

Nanjye iyo ibyo nabyumvaga byanteraga ingufu cyane, bigatuma ndushaho gukunda no gushimisha Diane na nyina. Urukundo rwarandenze ibinezaneza birantaha. Natekerezago ukuntu bankunda, nkumva urwo rukundo ruramutse ruhagaze naba mbaye ikigwari. Numvaga ngomba gukora uko nshoboye urwo rukundo ntiruzarangirire aho. Nibwo natangiraga gupanga na Diane iby'umubano, n'ubwo twembi twari abashomeri.

Twagerageje gushaka akazi, ariko turakabura. Hashize igihe, mukuru wanjye aza kumbwira ko muri iyo minsi barimo bangaja abapolisi bashya. Tubiganiraho, ansaba ko najyayo, nkagerageza amahirwe nkiyandikisha mu gihe nkiri umushomeri.

Ikifuzo nakigejeje kuri Diane, ntiyagihinyuza ariko biramubabaza kubera ko yabonaga atazongera kumbona hafi nk'uko yabyifuzaga. Ariko ageze aho aremera.

Baratwanditse ndetse n'ikizami ndagitsinda. Umunsi wo
kutujyana ugeze, mukuru wanjye, Diane na nyina baramperekeza.
Gusezeranaho byari byananiranye. Yari amarira gusa. Adashaka
guceceka ngo andeke ngende. Mukuru wanjye yari yatangaye,
ambwira ngo ntabwo yakekaga ko umukobwa ankunda bigeze aho.
Ansaba ngo sinzamuhemukire.

Yanjyanye ku ruhande arambwira ngo ninshake ikintu
cy'ikimenyetso nsigira umukobwa, byibuze kimwereka ko
ntamutaye wenyine, kimuha icyizere.

Nuko ndamufenta[1] mfata impeta nari nambaye ndayimwambika,
mfata ikiganza cye ndagisoma nkishyira mu gituza cyanjye
ndagihobera. Bimera nk'aho bibaye ikimenyetso cye nanjye
cy'umubano. Ariko kuko nta kundi byari bugende ndamusezera
musiga mu marira gusa, kandi nanjye amarira ari yose n'ubwo
nyine yatembaga ajya munda. Ariko inda ari imaze kuzura.
Cyakora musezeranya kuzagaruka vuba.

Nuko asigara aho na nyina na mukuru wanjye, barimo bagerageza
kumuhoza. Ngira ngo kuva ngiye igihe yamaze cyose antegereje
yari amarira gusa yarambuze.

Naragiye nanjye mbayo! Hashize nk'umwaka n'igice turangiza
amahugurwa. Kubw'amahirwe bahita bampa konji. Naje umutima
urehareha, numva ntari bumubone.

---

[1] Gucenga umuntu umwereka uruhande rwiza gusa, kumwizeza ibitangaza.

Naje nzi ko byibuze ngomba gusiga tubirangije byose. Byibuze hasigaye ubukwe gusa cyangwa se na bwo tuburangije. Kuko nta zindi nzitizi zari zigihari; akazi nari nakabonye, n'amafaranga abonetse ndetse no ku kazi nshobora kwaka inguzanyo bakayimpa nkajya nishyura buhoro buhoro. Urumva rero nta nzitizi zari zigihari.

Hari nko mu ma saa kumi n'imwe, igihe cy'akazuba ka kiberinka, karimo karenga, nibwo nasesekaye iwabo. Ndi hafi kugera hafi y'iwabo, hari umugore bari baturanye, yarambonye aza kunsuhuza. Nuko ambwira yihuta kuko yari kumwe n'abandi, ati: " *karibu! umugore wawe araho! Mugire Impundu, amahoro atahe mu rwanyu! Uje kumujyana se?* " Ndikiriza, ahita andeka ndakomeza, nawe aherekeza abashyitsi be.

Nahingutse iwabo wa Diane, dukaciranira mu muryango asohoka, arasimbuka yiyamira araza angwamo[1], turahoberana n'urukumbuzi nyine twari dufitaniye, turayoragurana[2] karahava. Mubaza amakuru, tunaganiraho gato, ambwira udukuru tw'ukuntu yari ankumbuye. Hashize akanya gato, mubaza aho nyina ari kugira ngo nawe musuhuze. Ati: *"ari ku muryango ukurikira.*

Nahise njyayo. Nyina nawe turasuhuzanya biratinda. Urukumbuzi nyine rwari rwose. Nuko ambaza amakuru, nanjye ntangira kumubwira uko byangendekeye. Ati: *"twigire mu rugo, dushake*

---

[1] Angwa mu gituza
[2] Turahoberana nk'abaterurana

n'icyo tukuzimanira. " Turasohoka, andi imbere mukurikiye.

Nakubiswe n'inkuba ubwo ninjiraga ngasanga Diane ari konsa umwana. Kari akana k'agahinja yari amaze iminsi abyaye, bagiye kumva bumva ndatatse cyane. Diane yaranyikanze nawe, maze ahita yambura umwana ibere, arongera yambara neza. Umwana ahita amuryamisha mu ntebe y'idiva yari yicayemo muri salo.

Namanutse gahoro gahoro, mpaka hasi ku isima. Ntavuga kandi ndeba hejeru mu gisenge cy'inzu. Si ukubeshya pe! N'ubwo ngo 'atemba ajya mu nda,' icyo gihe ayanjye yo yatembye ku matama! Diane yaje kunsama ndi kugwa, asanga narangije kugera hasi. Ansaba imbabazi, ampanagura amarira anashaka kumpagurutsa biramunanira. Anyegura umutwe anca munsi, maze afata ijosi n'umutwe wanjye aranyegura andyamisha ku bibero bye yicaye hasi yarambije, igihimba cyanjye kirambaraye hasi, nitambitse. Maze nawe si ukurira! Amarira yamanukaga angwa mu maso yivanga n'ayanjye. Nuko ansaba imbabazi karahava.

Uwo nitaga mabukwe we yari yaguye mu kantu, yumiwe. Yari yakurikiranye uko byagenze byose ariko ntiyasobanukirwa. Gusa yakomeje kutureba nawe atavuga. Yageze aho aba ariwe uba umuhoza wa twembi, kuko njye na Diane ntawabashaga kuba yahoza undi. Cyakora we sinamugoye; nabonye aje amarira ahita yuma. Na Diane nawe hashize akanya araceceka.

Abantu bose bari bazi ibyanjye na Diane; babonye Diane atwite, nta n'umwe wiriwe abitindaho, kuko nari nzwi njye na Diane kandi bazi ko tuzabana nta kabuza.

Mama Diane yabonye umukobwa we atwite, ashaka kubimubaza. Ariko umukobwa we yumvise ko ashobora kubimenya, aririza. Maze nyina agira ngo ararira kubera urukumbuzi, aramwihorera. Mbese nawe ntiyashidikanyaga ko umwana ari uwanjye.

Diane yongeye kuvuga, atangira kunsaba imbabazi ansobanurira uko byagenze byose ntacyo ampishe. Yahereye ku rukundo rugitangira, uburyo akimbona yatangiye kunkunda. Avuga uburyo nabanje kumuringana[1] nkaza kumukunda nyuma. Ati: *" urukundo rwarakomeje, birakomera cyane, ababyeyi n'abavandimwe baransinyira[2] neza. Bumvaga ahubwo twaratinze kubana.*

Mama nawe yarabinkundiye akumfatira neza, maze ndagukunda. Sinabaga naryama ntabanje kugutekereza. Nawe urabizi ko wari uwanjye rwose. Wageze aho igihe kiragera, uransiga uragenda. Ntabwo wari unsezeye kandi ntiwari unyanze. Ahubwo bwari ubuzima. Ikosa nakoze narakuretse uragenda kandi ntacyo twari twakageraho..."

Nagiye kubona, mbona na nyina arahinduwe atangira kureba hejuru ababaye cyane, ngira ngo yari aketse ko ubwo nta kintu twari twakagezeho umwana yashoboraga kuba atari uwanjye,

---

[1] Kumupinga mwereka ko ntamwitayeho.

[2] Bansinyira uruhushya rwo gukomezanya nawe. Bampa uburenganzira

mbere yari akiri mu rujjijo gusa yabuze n'uwo yabaza muri twe. Nuko Diane arongera arimyoza, maze arakomeza.

"... ukimara kugenda hashize nk'ukwezi n'igice gusa, umuntu yaraje arambeshya ngo yakubonye muri EGENA mu Ruhengeri wambaye gipolisi, ngo umubwira ko ariho usigaye uba. Niba yari yakwitiranyije n'undi muntu simbizi, gusa njyewe kubera urukumbuzi nari ngufitiye, rwatumye ntoroka mama ntanamugishije n'inama, nza mu Ruhengeri kugushakirayo.

Imodoka yadutwaye yari ishaje cyane ku buryo yagendaga idupfiraho inzira yose. Yatugejeje mu Ruhengeri butangiye kwira, ariko kubera ko nari nzi ko ndibukubone numvaga nta kibazo mfite. Numvaga kuri njye niyo nahagera mu rukerera ariko nkakugeraho tu! Icyo napfaga kwari ukukubona gusa. Twahageze nka saa kumi n'imwe.

Nkiva muri taxi, nahise mbona umusore w'umupolisi twiganye muri segonderi, ndetse twari twarigeze no kubaho inshuti igihe gito bya kinyeshuri tukigana. Ntibyatinze nahise mwihorera n'ubwo we yari akinkunda. Nabonaga imico ye idashobotse.

Ibyo ari byo byose, numvaga ko akuzi. Ndamusuhuza nawe aransuhuza anyitayeho cyane. Twaganiriye gato, ambaza amakuru, hanyuma mpita nanjye mubaza ko akuzi. Yambwiye ko ngo yigeze kuhakubona, nkeka ko kwari ukunjijisha kuko narakuvuze mbona arikanze. Ambajije mubwiza ukuri uwo uri we kuri njye.

Ati: ' hano hari abapolisi bashya bahazanye, sindabamenya neza; kuko njye ntabwo mba mu kigo, tugende tubaze neza. '

Yanjyanye ku kigo cyabo tujya kugushakirayo. Tukigera ku muryango winjira mu kigo, abapolisi bagenzi be baramusuhuza, ariko mbona basa nk'abicana amaso, baranaseka cyane. Njye sinamenya ibyo barimo. Yarababajije barakuyoberwa. Nkora mu ishakoshi, nkuramo agafoto kawe ka pasiporo[1] nari mfite ako wampaye igihe twajyaga tujyana gushaka ibyangombwa n'akazi.

Narakaberetse, bati: 'reka tumugushakire ibyo aribyo byose aba hano.' Bampa aho nicara, maze bajyana nawe kugushaka. Narategereje amaso ahera mu kirere. Bitinze mbona aragarutse. Ambwira ko utabashije kuboneka ako kanya, ngo uri mu kazi, ariko uraza vuba. Nuko ati: ' njye rero simba muri kino kigo, mba mu mujyi. Sinzi niba umutegereza hano, cyangwa se ukaza tukaba tujyanye mu rugo yaza bakahamurangira. '

Ubwo hari hamaze kuba nka saa mbiri z'ijoro. Nabanje kwanga. Hashize akanya ndebye ako kazu k'abapolisi yari ansizemo njyenyine nabo bapolisi tutanaziranye bari kumbaza ibibazo bitampaye agaciro[2], biranyobera. Mpitamo kujyana nawe kuko byibuze we twari tuziranye. Narababwiye bahita bamuhamagara

---

[1] Ifoto ngufi, ikoreshwa ku byangombwa
[2] Bitagize icyo binyungura

kuko nawe yari akiri hafi aho arekereje, ahita agaruka kumfata turajyana.

Ashaka ko tunyurana ku kabari ngo angurire fanta, ndanga, mubeshya ko naniwe, mubwira ko ahubwo twajya kuyinywera mu rugo. Nawe ntiyanduhije, ati: 'tugende!'

Nageze iwe ampa karibu, twicara muri salo. Aranzimanira, angurira amafanta nawe anywa inzoga yari afite muri firigo.

Twaragutegereje turi kumwe, turakubura. Kugeza saa sita z'ijoro tutararyama. Hagati aho, umusore yashatse kunkinisha, ndamwiyama. Musobanurira uburyo uri umugabo wanjye kandi ntaguhemukira. Mbona arabyemeye ahubwo ansaba imbabazi.

Kwihangana ngutegereje, byaje kunanira. Ntangira gusinzira mu ntebe. Kandi nta handi yari kundyamisha; inzu ye yari nto cyane, y'icyumba kimwe na salo, ku buryo nta handi nari burare. Yahise ansasira muri salo, aba ariho ndyama. Ubundi ambwira ko ushobore kuba wagize akazi kenshi waje ukererewe cyangwa warayeyo, ngo nindyame nzakubona ejo. Nuko nawe ajya kuryama mu cyumba.

Sinzi niba mu byo yari yangaburiye hari harimo imiti, kuko naryamanye umunaniro mwinshi, nsinzira nk'uwapfuye. Nagiye kwikangura, nshiduka we angeze kure njye ntazi iyo ndi..."

Njye na mama we twahise twikangira rimwe akimara kuvuga ayo

magambo,twifata ku munywa. Nawe amarira aba aramanutse, ariko arihanagura akomeza kutubwira arira.

"... *twahise dushwana cyane. Nshaka kuvuza induru, mbona aririjije. Ariko ni ibyo yikoraga. Atangira kunyumvisha ko yashutswe, kandi ngo ari umutima we wamushutse, we yivanaho icyaha. Anyumvisha ko atabikoze anyanze, ko ari urukundo yari amfitiye nari naramwimye kuva cyera. Ahubwo ansobanurira ko nimbivuga ndi bube nitangaje ahantu hose kandi nta muntu n'umwe ubizi.*

Nanjye nabanje gutabaza, ariko kubera ko kwari ukwiha rubanda, kandi ari nta muntu wari watubonye nyine, ndabireka. Sinashakaga ko hari undi muntu ubimenya. Cyane ko nta na gitangira byari bigifite. Mbabarira rwose numvaga ushobora kuzabinziza... Naramwihoreye ariko ndyama ndira kugera mu gitondo.

Kubera isoni n'ikimwaro nari mfite muri icyo gitondo, nabyutse kare mu ruturuturu mena ijoro. Kugira ngo hatagira n'umbona aho akazabikubwira. Mfata tagisi ya mbere ndagaruka ntanakubonye. Ukuntu nari nzi ko byibuze ari wowe, maze nkanga nkabonwa n'undi..."

Mama Diane nawe yatangiye kurira. Mu by'ukuri yari amaze kumva neza kandi yanasobanukiwe. Yabajije umukobwa we impamvu atabimubwiye, undi ati: "...*ni uko numvaga bishobora kuzarenga bikamenywa n'abantu benshi, maze bikazantandukanya n'umukunzi wanjye. Mama! Wenda n'iyo mbikubwira uba warangiriye inama...*" Arahigima, amarira arongera atemba ku matama.

Nanjye amagambo ye yari yankoze ku mutima, akababaro gasa nk'akashize ahubwo ndi kumva namugiriye impuhwe. Ndahaguruka muhanagura amarira, maze ndamuhobera cyane.

"*... ubwo naraje, nkomeza kugutegerezanya ishavu ryinshi. Hashize iminsi, ntangira kubona ibimenyetso ko ntwite. Na mama arabibona ariko aranyihorera. Yashakaga kubimbaza, nkamusubiza amarira. Maze agatangira kumpoza ambwira ngo nihangane uzagaruka vuba. Ngo ninihangane ntabwo wagiye ugiye guhera.*

Inda imaze gusa n'igaragara, nasubiye kubibwira wa musore. Maze mbona biramushimishije cyane, ahubwo anshinyagurira ambwira ngo ngume aho twibanire. Ngo 'n'ubundi mu buzima bwe ambuze ntabwo yongeye kugira amahoro'.

Yakomeje kungendaho cyane ambwira ko anshakaho umubano kandi njye rwose ntamushaka. Inda nayo natekereje kuyivanamo, ariko umutima uranangira. Numvaga ari icyaha ntababarirwa kwiyicira urubuto rwa mbere. Imana ntabwo yari kuzambabarira. Gukorera ibyaha birenga bingahe icyarimwe.

Se w'uyu mwana, nawe nta mahoro yampaga; yakomeje kumpatiriza cyane, anyizeza ibitangaza, yikundisha kuri uyu mwana. Nanjye nageze aho kwihangana birananira ... ubu nabaye umugore we. Kubera ukuntu yampatirizaga ambwira ngo umwana nakura azambaza se.

Nk'uko ntacyo wigeze umburana tuzakomeza dukundane ariko mbabarira ureke umwana mbanze mujyanire se. ..."

Agahinda kongeye kumfata, na mama Diane ahita yisohokera ababaye cyane. Nuko Diane ansaba imbabazi z'ibibi yankoreye.

Nari nzi ko ashaka kumujyana kwa se akangarukira. Naho sinkamenye ko ansezera. Uretse ko niyo mbimenya nta n'icyo nari kubihinduraho. Uwo mupolisi yari mukuru kuri njye muri byose; yari mukuru mu magarade, yarantanze kubona amafaranga, kandi yarantanze kugira icyo ageraho kuri uwo mukobwa bafitanye umwana.

Gusa nanjye umwana ntiyari kunanira kumurera n'ubwo atari uwanjye. Rwose ukuntu nakundaga Diane, ntabwo nari kwanga kurera umwana we; ikibazo ni uko abakobwa benshi bakunda ibintu. Ngira ngo yari yabonye ko hari icyo andusha, niba wenda yarabonye afite nk'imodoka nziza ubwo nawe urabyumva.

Nageze aho kubera agahinda kenshi nari mfite, ndamusezera nditahira. Nkimara kugenda, wa musore yaje guhura na Diane, nuko amutekerereza uko byagenze byose. Uwo mupolisi ahita afata icyemezo cyo kumwiba, akamujyana na nyina atabizi. Nuko abigeraho, aramuntwara Diane wanjye. Agahinda nagize, na n'ubu ubanza ari cyo cyatumye, niheba.

Cyakora nyuma Diane yaje kugaruka. Ajya kunyereka iwe. Ndetse ansaba ko nazajya musura buri gihe. Iyo twaba turi kumwe iwe, ntiwabaga wamenya ko yigeze umugabo; twabaga tumeze nka mbere tugikundana.

Umutima we narongeye ndawigarurira, atangira kumbwira ngo atoroke umugabo we tujye kwibanira. Ariko umutima-nama waje kunyereka ko ndi guhemukira ubusa, ndabireka n'ubwo we yanshakaga cyane. Maze ndamuhunga njya kure atazongera kumbona hafi. Agerageza kunshaka ariko arambura.

Agahinda yanteye, na n'ubu ntikarashira. Agahinda yateye nyina, nawe ubanza katazashira. Nyina ntashobora kuzanyibagirwa kandi ashobora kutazibagirwa uwo musore wigize umukwe we ku ngufu akamwibira umukobwa yari yaranyihereye. Kandi ndahamya ko na Diane ntashobora kumuva mu bitekerezo. Azarinda asaza akinkunda kandi yicuza impamvu yampemukiye.

Cecile

Cecile yari umukobwa mwiza w'uburanga kandi uteye neza; ntiyari ananutse kandi ntiyari anabyibushye, mbese yari aringaniye. Yari afite umubiri ukeye kandi unoze kuko yiyitagaho cyane. Ubwiza bwe wabuboneraga aho waturuka hose; imbere, yari afite mu maso hakeye kandi harambutse.

Ku mpande ho, nk' iyo yabaga atambutse akunyuzeho agenda, ingendo ye yari yarahogoje benshi. Inyuma ho wahugiraga kumureba agucaho arengana, wakwitegereza umubyimba[1], ikibuno uko cyitigisa ndetse n'imisatsi yakundaga gufunga shinyo[2], ukabona ateye ubwuzu kumukurikiza amaso kurinda arenga.

Uwo we twamenyanye gute rero? Umunsi umwe ubwo hari habaye umukwabo mu mujyi wa kigali (kubera igihuha cy'umutekano muke cyari kimaze iminsi kihavugwa) shefu yampaye imodoka yagombaga gufasha mu kazi karimo gakorwa, ampa n'abapolisi babiri bo kumperekeza. Twagombaga kugenda tuzunguruka tureba uko byifashe mu mujyi hose, tureba niba n'akazi kari gukorwa neza.Tugenda tuzunguruka ahantu hose; kimisagara , nyamirambo, mu mujyi…

Nyamirambo St Andre[3] niho hari hari bariyeri yakontororaga abantu bagenda n'amamodoka, n'abagenda n'amaguru.

---

[1] Taille, yari afite uruti ruto.
[2] Imisatsi ifungiye inyuma
[3] Hari ishuri ryitiriwe Mutagatifu Andereya

Aho hari abantu bari bafashwe bagombaga kujyanwa muri sitade i Nyamirambo, mu gihe bagitegereje ab'iwabo ko babazanira ibyangombwa cyangwa se akaba ari ho batangira ibisobanuro.

Bampayemo bamwe ngo mbatware kuko ikamyo yagombaga kuza kubatwara yari yatinze. Mu gutwara imodoka, nari ntumbereje amaso imbere. Sinzi ukuntu nagaruye indorerwamo yo mu modoka imbere ngira ngo ndebe abantu ntwaye inyuma, mpuza amaso n'umukobwa mwiza cyane, wari wifashe mapfubyi. Turarebana cyane, ariko kubera ko nari ntwaye imodoka, ngarura amaso vuba kugira ngo ntagonga.

Hashize akanya gato, ndongera ndahindukira, mbona aracyandeba. Mwiciye akajisho mbona aramwenyuye.

Hashize akanya na none ndongera ndahindukira, turarebana ahita nawe anyicira akajisho, aranansekera, ndatwarwa nanjye ndaseka. Ariko tuba tugeze aho twagombaga kubajyana kuri sitade.

Bakuyemo ba bantu bari bafashwe, bageze kuri wa mukobwa, aranga. Ahubwo akajya abahunga agana aho ndi, ampungiraho, anyizirikaho. Nabonye akomeje kunyiboheraho, numva agatima k'impuhwe karamfashe, nanjye ndamubambura mbabuza gukomeza kumukurura.

Nuko umukobwa ahita aza ampagarara iruhande ariko

atamuvugisha. Hashize akanya, anjyana ku ruhande kuko hari icyo yashakaga kumbaza.

Yaranyihereranye, arabanza ambwira amazina ye, ati: *"nitwa Umunyana Celine."* Arongera ambaza amazina y'abantu benshi asanga nta n'umwe nzi. Nuko arimyoza, ati: *"basi buriya ntabwo ari wowe nari nakwitiranyije."* Yarongeye mbona yifashe mapfubyi arihebye nk'aho isi imurangiriyeho. Mubaza impamvu yafashwe, ansobanurira ko ari ukubera nta byangombwa yari afite kandi yabyibagiriwe mu rugo. Ati: *"kandi nta muntu n'umwe iwacu uzi ko ndihano."*

Yarandebye cyane ariko ntiyongera kuvuga, ahubwo akajya ahigima gusa. Numvise ikintu muri njyewe ko ngomba kuba hari icyo namufasha. Maze mubaza icyo nshobora kumukorera.

Yampaye numero za telefone y'iwabo. Ndayiterefona ariko biranga. Nuko ndabimubwira, nti: *"ubwo rero wihangane, ubufasha bwanjye, nta kindi narenzaho."*

Nabaye nkimara kuvuga ntyo, mbona amarira atangiye kumushoka ku matama. Ndamureba mbura icyo nkora, maze ka gasura ke ansekera turi mu modoka gahita kangaruka mu maso, umukobwa mugirira impuhwe. Namubajije niba mu bantu baribamaze kurekura niba hari uwo baziranye arampakanira. Ati: *"ubwo undeba aha, ni wowe tuziranye cyane kurusha abandi, kuko wowe byibuze twabashije kuvugana."*

Nahise nsimbukira aho shefu yari ahagaze, mugezaho uko ikibazo kimeze. Mubeshya ko umukobwa tuziranye, yari inshuti yanjye mbere, tukigana. Ariko ibyo byose ari ukugira ngo ndengere wa mukobwa, mwunvisha ko tuziranye.

Shefu yahindukiye areba aho uwo mukobwa yari mumweretse, abona amarira ni yose. Nawe impuhwe ziramufata ahita ambwira ngo mutware vuba vuba mugeze mu rugo.

Navuye aho umukobwa mufata akaboko, maze kumubwira uko mbigenje, ya marira yose ahinduka ibitwenge, aransimbukira arampobera cyane.

Mu modoka! Mba nyihaye ikiboko[1] mpaka iwabo ku muryango.

Twinjiye mu nzu iwabo, mpasanga n'abandi; yabanaga na mukuru we umwe, na barumuna be babiri ndetse na gasaza kabo kamwe kari bucura. Abasobanurira uko byose byagenze, n'uburyo mukijije. Ab'iwabo bose barishima cyane. Bashaka ngo ngume aho banzimanire, ariko kubera ko nagombaga gusubira ku kazi ka bandi, mbemerera ko nzagaruka. Bati : *"karibu rwose urisanga."*

Wa mukobwa yaramperekeje angeza ku modoka. Ansaba ko nazihangana nkagaruka vuba ngo ibihembo byinshi biranteganyirijwe. Aransezera arandeka ndagenda, nsubira ku kazi.

Ku kazi numvaga mfite umutima uruhutse, nezerewe rwose. Burya

---

[1] Ndayitwara cyane

iyo uzi ko hari ikintu cyiza wakoze, uwo munsi wirirwana ineza ku mutima.

Hashize iminsi ibiri, umukobwa aranterefona, ati: *"ko waheze bite byawe?"* Nuko njya kubasura. Nasanze banyiteguye, wagira ngo ndi nk'umwami.

Ariko nakubiswe n'inkubaRukundo ahadusanze (umusore wari inshuti yanjye cyane), maze wa mukobwa arongera ababwira ibyanjye byose andata. Rukundo arishima cyane, ati: " *uri inshuti nyanshuti, wamfashije utazi ko ari njye wakoreraga neza. Jya ugira neza burya ineza uyisanga imbere. Uyu ni fiyanse[1] wanjye nakubwiraga, dore n'ejo bundi tuzashyingiranwa."*

Nabaye nk'ucika intege; kubera ko uwo mukobwa nanamutabara, nabikoraga yari mwiza namukunze, kandi nawe nabonaga asa nk'ufite urukundo kandi nyarwo. Ariko ncibwa intege nuko yari inshuti y'inshuti kandi ntagombaga guhemukira. Ariko ngeze aho mbyikuramo.

Uko bavukanaga bose, hari undi, uwo yagwaga mu ntege yitwaga Cecile natangiye nkubwira wari mwiza cyane, kandi bose yarabarushaga. Nkimurabukwa ikifuzo cyahise kimunsaba, kiti: " *ni uwo!"* Ku bw'amahirwe, muri abo bose ni we wenyine utaragiraga inshuti.

Bumaze kwira baraduherekeza. Naherutse bose duhagurukana baduherekeje, ariko nasohotse mu gipangu, nsanga ndi kumwe na Cecile twenyine, abandi buri wese n'uwe bakiganirira ibyabo hafi

---

aho ngaho y'umuryango. Biba ngombwa ko tubategerereza aho.

Cecile twamaranye nk'iminota itanu nta n'umwe uravugisha undi, kandi tugitegereje ko basohoka. Najyaga kumuvugisha nkumva ikintu kimeze nk'ubwoba kiramfashe nkongera nkaceceka, kubera amasonisoni. Nari nkimeze nk'umushyitsi, tutaramenyerana.

Ariko yageze aho numva arantabaye, aba ari we utangira kuvuga.

> - *Byagendaga ?*
> - *Gahoro gahoro...mbonye hano muzi kwakira abashyitsi. Ubu ndumva nakwigumira hano kubera umutima mwiza munyeretse.*
> - *Nka we se? Ni wowe ugira umutima mwiza, wowe wakijije umuntu mutaziranye. Ukarinda no kwica akazi. Yatubwiye uko byagenze byose. Twese hano mu rugo twahise tugukunda.*
> - *Ni byo?*
> - *Yatubwiye ibyawe byose.*

Numvise tuganiriye neza kandi anyita mwiza, ndashyugumbwa[1] nshaka guhita mubwira icyo umutima wanjye wifuzaga. Ubwoba burongera buramfata mba nk'ikiragi. Hashize akanya gato ducecetse ndongera nikura mu isoni ndamuvugisha.

---

[1] Kugira amashyushyu yo gukora ikintu kigukomereye.

- *...ndumva nishimiye kuza kubasura. Nari maze n'iminsi ntanasinzira, mfite ibicuro umubiri wose byo guhoberana, kandi numvaga hari icyo mbura mu mubiri. Ubanza byari ibyishimo ko kuza kubasura tugahura, maze nkaguhobera.*
- *Ni byo? Natwe twakwishimiye cyane, byumwihariko njye byandenze.*
- *Ubanza uri butume nsinzira neza uyu munsi.*
- *Gute?*
- *Numpa amahire yo gukomeza ibi byishimo?*

Umukobwa yarandebye atavuga, arisetsa gake. Ariko numvise aseka, ntekereza ko ashobora kuba yemeye ariko yabuze aho ahera ambwira. Maze mutera ingufu nongera kumubwira.

- *Mbwira wigira ikibazo rwose, wintinya...*
- *Byari byo... ariko hari undi muntu waje mbere yawe. Kandi naramwemereye... kereka ahari mbanje kubyigaho.*

Igisubizo yari ampaye cyari icyo kunsenya gusa. Nanjye ariko numvise abihinduye, nshaka kumwereka ko atari byo ahanini byangenzaga.

- *...ntabwo ari ibyo nagusabaga. Icyo nashakaga ni icyatuma nsinzira neza nta kindi.*

Nuko arongera araseka, maze aranyegera gahoro gahoro, amfata amaboko yombi asa nk'uwunkurura maze arandega gakeya ahita ansoma kinwamire[1].

Ibyo nta gitangaza nabibonye, kubera yari yabanje kunca intege mbere, ambwira ko hari undi bakundana. Nabifashe nk'ibisanzwe.

Ba bandi bari basigaye inyuma batangiye kugenda basohoka babiri babiri, buri wese n'uwe. Cecile abibonye atyo araza amfata akaboko nanjye dukorana kupule[2]. Baraduherekeza mpaka kuri tagisi.

Ntabwo nari nzi ko ba basore bose dutuye mu gace kamwe. Uwo nari nzi ni rukundo wenyine. Ariko nawe kubera nari mpimukiye vuba ntabwo nari nzi aho atuye neza, n'ubwo twari inshuti.

Hashize iminsi ibiri, barongera basubira gusura. Rukundo aza kumbwira ngo tujyane, ariko kubera ko nabonaga ntacyo ndi bube ngiye gukora, ndanga. Bo bari bagiye gusura ababo, ariko njye ari ukubaherekeza gusa. Cecile ntiyari akindi mu mutwe.

Nuko baragenda.Bavuyeyo bagaruka, bahitiye iwacu, baje kundatira ngo ukuntu Cecile na Celine babonye tutazanye, bakabasarana bakanga kubasuhuza. Ngo byagaragaje ko Cecile ankunda.

Barambwiye ngo ubutaha ntibazansiga, ngo ni isezerano bagize, ngo kandi simpakane. Mbemerera ko ubutaha tuzajyana.

---

[1]Tire langue
[2] Couple, babiri;umukobwa n'umuhungu.

Umunsi warageze ndabakwepa. Bagezeyo babajije bati twamubuze twaje adahari.Ngo: *"kuki mumusiga wenyine, ubwo ntaba afite irungu?."* Bageze mu rugo bati:*"noneho ubutaha ntituzagusiga."*

Ubwa gatatu basubiyeyo nibereye ku kazi. Mu kugaruka Celine yanze kwemera impamvu ituma ntaza, azana nabo kugira ngo ahinyuze. Bansanga mu rugo navuye ku kazi. Rukundo ati: " *cecile yanze kudusuhuza."*

Celine nawe yungamo arambaza ngo :" naba narahaye iki umwana wabo cecile cyatuma ahora amvuga aho ari hose?"

Ayo magambo yarantushije[1], ariko sinabigaragaza, ahubwo mbereka ko ari ibintu bisanzwe. Cecile yatangiye anyinjiramo gutyo bitewe n'abo bose ndetse na mukuru we celine banyagisereraga[2], Celine we yambwiraga ko agomba kunshyingira kubera namugiriye neza.

Ubutaha basubiyeyo ntabwo bansize.Tugezeyo nasanze koko ibyo bambwiraga ari byo; bose bari bishimiye ko nje, buri wese aza kunsuhuza. Cecile noneho ntabwo namugiranye irungu, yaranganirije rwose uko ntabimukekeraga. Noneho nanjye ntangira kumutekereza gutyo. Naba ndi ku kazi nkumva anje mu bitekerezo, nagera ku buriri nkamutekereza kurinda bucya.

---

[1] Toucher, yankoze ku mutima.
[2] Accélérer, baranshyushaga.

Celine na Rukundo bari bari hafi gusezerana. Nvitasiyo[1] baraduha, ndetse n'umunsi w'ubukwe uri hafi.

Icyaje kumvana mu byanjye rero kikanyemeza neza ko Cecile yankunze; nari niryamiye, ngiye kumva numva ka gasaza kabo gato karimo gakomanga iwanjye mu gitondo cya kare. Ndabyuka ndamukingurira, ndamusuhuza maze ahita ampereza ibaruwa yari ifunze neza mu ibahasha y'umweru. Ndebye mbona iyo baruwa yanditseho amazina yanjye.

Naramubajije ambwira ko ari Cecile uyimuhaye. Sinzi uko nahuze ndi kuyitegereza, mpindukiye nsanga yagiye. Apuuu! Nti reka noneho nyisome nitonze .

Dore iyo baruwa yari yanditse gutya:

---

[1] invitations

bite sheri wanjye... Bizouuuu!!!!

Kuki utakiza mu rugo ? Urangana bigeze aho koko? Uri umwana mubi. Sha ndagukumbuye bidasubirwaho! Wandose iri joro? Njye ni zo nzozi ndaramo buri gihe.

Sheri! Ku wa gatandatu nyuma y'uko ubukwe buba, hari ukwidagadura mu rugo rw'abageni. Narebye nsanga nshobora kuzaba ndi jyenyine uwo munsi. Mbabarira rwose tuzabe turi kumwe uwo munsi wose, ntuzagire n'undi mukobwa wemera ko mubyinana nawe.

Sibyo ? Nzakubwira ijambo ryiza kandi rikomeye.

kiss!Cecile

Iyo baruwa nayisubiyemo inshuro zitabarika kubera ibyishimo nari mfite, nta gushidikanya numvaga ko yankunze koko. Narayisomaga, nakwibuka n'amagambo yose bambwiraga kuri we ngo '*ntakirya, ntakinywa ntakiryama*', ngo '*ni njye umuhora mu kanwa*', noneho n'ukuntu yirirwaga antumaho ngo mbasure, ndemera ntashidikanya rwose.

Natangiye kumukunda nanjye, ariko ntegereza ko ari we uzabanza akambwira n'ijambo yari yanteganyirije uwo munsi

Umunsi waje kugera ubukwe buraba. Bwari bwabaye bwiza cyane. Ariko kubera imirimo twari dufite itoroshye twese, nta wabonye umwanya wo kuganira n'undi. Njye nari mfitemo akazi ko gufata amafoto, kandi abafotoraga bose ni njye wari ubayoboye.

Ibirori bigiye kurangira nibwo hakurikiragaho wa mwanya wo kwidagadura. Njye nari negamye ku nkingi ku ibaraza ry'inzu mfite kamera[1] mu ntoki, ndimo nyitunganya neza, ndeba amafoto nari nafashe.

Nagiye kumva numva umuntu ampfutse mu maso anturutse inyuma. Ubwo nanjye ndwana no kugira ngo mpindukire ndebe uwo ariwe. Narahindukiye ahita mpura n'iminwa.

- *Bite se ko uri hano wenyine?*
- *Nari nzi ko ukiri mu kazi niyo mpamvu nari nje hano gufata akayaga.*
- *Tugende rero bagiye gutangira. Nuko amfata akaboko turinjira.*

Indirimbo yambere yafunguwe n'abageni, maze tubaha amashyi menshi y'urufaya, baba baradufunguriye. Twahise twinagamo na Cecile, abandi bose baje nyuma badusangamo. Maze turabyina

---

[1] Appareil photo, ifata amashusho

karahava! Twasaga nk'aho twageze muri paradizo, indirimbo imwe ishira bashyiramo indi.

Hashize umwanya tubyinana, nyamukobwa ati : *"ndarushye reka mbe nicaye gato."* Ndamutwara mugeza mu ntebe ya diva yari aho hafi, nuko turicara. Ibyuya byari byaturenze kubera kubyina kandi hari no mu bantu benshi.

Hashize umwanya mbariranya ko yaba amaze kuruhuka ngo dusubireyo, maze arambwira ngo aracyananiwe. Ndamwihorera dukomeza kwicara.

Hashize akanya nanone nongera kumubwira, ati: *"wapi ndumva nkinaniwe ba uretse gato"*. Mbonye akomeje gusa nkuwanga njye nisubirira kubyina.

Icyambabaje ni ukuntu turi kumwe na Cecile twicaye; hari umukobwa waje kumpagurutsa ngo tubyinane nkanga, ngo Cecile atavaho abibona nabi kandi ari isezerano twari twagiranye. Na nyuma yaho hari abandi bakomeje kuza kumpagurutsa abandi baturembuza ariko nanga kumuhemukira.

Nakomeje kubyina njyenyine. Sinzi uko naje guhindukira gato gusa ndeba aho nari namusize, maze mbona ari gusomana n'agasore ntahise nifindurira ako ariko. Ariko kakaba kariho kaducunga kuva kare. Maze nsanga basabanye byacitse.

Ese ko nari namusize atamvugisha neza, none nkaba mbona ubu yatwawe cyane yahimbawe bite? (ndimo kwibaza mu mutima)

Hashize akanya, mbona badusanze aho nari ndi kubyinira ndetse baza iruhande rwanjye neza aba ari ho babyinira. Cecile yari yatwawe yamurambitse amaboko ku ntugu, wagira ngo umusore agiye kumuterura.

Narababaye nshirira mu mutima. Ariko ndirengagiza, kugira ngo hatagira n'umwe ubimenya. Ndasohoka njya hanze munsi y'igiti cy'ikirabyo cyari gihari. Nta wundi muntu wari uhari. Nuko ndiherera njyenyine umutima utangira kundya n'ibibazo byinshi cyane byaziraga rimwe kandi nta na kimwe nashobora gusubiza.

Naketse ko ako gasore gashobora kuba ari ka kandi yambwiye bwa mbere tugihura. Ariko na none nibutse uburyo yari asigaye antumaho buri gihe ba Rukundo ndetse akagerekaho ya baruwa, kandi na Celine yari yambwiye ko azanshyingira. Nibutse ya baruwa yanyandikiye, byose mbiburira igisubizo. Gusa nari nguye mu rujijo ntazi mu icura burindi rikabije.

Yari ari kunkinisha se? Umutima-nama wambwiye ko ibyiza ari ukumubaza kugira ngo ngire aho nshingira.

Ngaruka hahandi twabyiniraga kugira ngo mubaze. Ngize amahirwe mbona yongeye kwicara hahandi kandi wenyine. Mugezeho ntiyamvugisha. Ariko kubera ko nari nkeneye kumenya ukuri, nihutiye kumubaza.

- *Ceci! Bite ko mbona utishimye ni ukubera iki?*

Araceceka yirebera hirya rwose. Nanjye sinashirwa, ndongera ndamubaza ariko mfite ubwoba ahari ko haba hari icyo naba nakoze cyamubabaje.

- *Ceci! Ni igiki cyaba cyakubabaje gutyo kugeza n'aho wanga kumvugisha?*

Arahigima. Hashize akanya arahindukira arambaza.

- *Nseko mbwiza ukuri. Urankunda?*

Nahise ntekereza ko ahari nta cyizere afite cyo kuba mukunda. Maze mpubukira gusubiza.

- *Yego, ndagukunda n'umutima wanjye wose.*

Arongera arahigima.

- *Njye si uko bimeze, umbabarire kandi!* (ahita anigendera).

Isoni zaramfashe, ikimwaro kirantaha, mpaguruka nyonyomba nisubirira munsi ya cya giti nari nagiye gutura ibibazo mbere, ariko noneho nari ngishyiriye ishavu n'agahinda gusa. Umutwe waranzunguriye nenda gusara. Naricaye biranga, ndahagarara biranga, numva isereri iranyishe ndongera ndicara ndetse ndaryama ariko biranga pe!

Narongeye ngaruka aho twabyiniraga nibeshya ko nshobora kubyina bikamvamo nkabyibagirwa. Ariko nabyinaga nkashiduka ndi kubyinisha ukuguru kumwe ukundi guhagaze ndi gutekereza ibyari bimaze kumbaho. Nabwo natekereje ko abantu bari bubone ko ndi gutekereza cyane ibibazo byandenze, numva ngize ubwoba, cyane ko ntanashakaga ko ambona mu gahinda nka gutyo kuko nibyo yari anyifurije.

Nageze aho ndasohoka, noneho ndatomera ntazi n'iyo njya. Ngeze nko muri metero magana abiri, hari inzu yari ifite ibaraza rinini, maze ndyicaraho, ariko ibitekerezo biranga. Ahubwo ba nyiri inzu iyo babyuka bakansanga aho ku ibaraza ryabo sinari bubone ibisobanuro nari bubahe.

Nageze aho umutima-nama urongera urambwira uti: *"uzi ko waba ubaye umwana! Haguruka usubireyo ukoreshe uko ushoboye umwereke ko ntacyo byagutwaye. Ahubwo unamubeshye ko wari urimo kumugeregeza ko wamukinishaga utari seriye[1]. Ugerageze umubeshye indi mpamvu. Naho ubundi waba ukoze ubuswa. Azajya agenda abwira abantu bose ko yakwanze yaguteye akadobo, ajye yirirwa akwandagaza ahantu hose"*

Natekerejeho akanya, nanjye numva inama ni iyo. Mpita nsubirayo vuba na vuba, ngo ntasanga batashye. Dore ko bwendaga no gucya. Hari nko mu ma saa cyenda cyangwa saa kumi.

---

[1] Serieux

nagezeyo ndamushaka ndamubura; aho twabyiniraga ntawari uhari, na ha handi twari twicaye. Nzengurutsa amaso mu bantu bose ndamubura. Mbaza umuntu wari wigeze kutubonana turi kumwe, ambwira ko ngo yasohokanye n'ab'iwabo hamwe n'abasore babiri bameze nk'aho babaherekeje batashye.

Mpita nkurikira kuko iyo nzubara gato yari kubyuka abivuga. Nagiye kugera hafi y'iwabo mba mbabonye imbere yanjye. Ndiruka ndazenguruka mbatanga imbere. Amatara yarakaga ariko hasa nkahatabona neza.

We yahise ambonera kure, babandi bari bari kumwe arihuta arabasiga aza ansanganira aho nari ndi, mutegereje. Nuko isoni zimufashe atangira kumbaza impamvu naje kubategera aho mu nzira.

- *Bite ko waje hano wenyine,byagenze gute?*
- *Nari ndi ku butumire bwawe, none ugiye utansezeye*

Isoni zaramwishe, maze amfata akaboko turakomezanya, turi imbere ya babandi barikumwe nawe. Ariko tutabegereye.

- *None se Nseko, ko waje kudutegera hano?*
- *Nta kibazo da! Ni uko nifuje kuguherekeza.*

Dururceka akanya gato, nuko ndongera:

- *"urazi? Nari mfite mama wacu wankundaga cyane. Yarankunda cyane ku buryo na mama byamuteye ikibazo, kuko yankundaga nk'aho ari mama wanjye bwite. Kenshi nakundaga gutoroka mu rugo nkigira iwe, kubera urukundo n'ubwisanzure nahasangaga.*

Mama wacu yageze aho, aza kwinginga papa ngo twijyanire iwe tubane, nuko Papa aremera.

Nagiye kuba iwe, nkurirayo ampa indero nziza, ndetse ananyishyurira amashuri kugeza ndangije kwiga, amfata neza nk'umwana we yibyariye.

Urukundo rwe rwanyigishije byinshi mu buzima; nararuzirikanye rukamba mu mutima igihe cyose. Umukobwa we twarabyirukanye turi mu kigero kimwe. Urukundo rwose nyina yankundaga, nanjye ndahindukira ndukunda umukobwa we. Naramukundaga cyane nk'umva andutira n'inshuti zose n'abavandimwe. Hahandi bashoboraga kumpitishamo ngo wowe nawe twice nde akaba ari njye witanga bakanyica. Byari birenze; ku buryo aho yabaga ari hose twabaga turi kumwe, numva ntacyamukoraho mpari.

Igihe cyaje kugera, rwa rukundo rwose ndarubura. Abo bose nakundaga baza gupfa bose bishwe na gisida[1] y'imodoka, ibaroshye muri nyabarongo. (asa nkuwikanga angirira impuhwe)

- *Yoooo! Birababaje!*
- *Nabaye nk'umusazi neza. Amezi abiri ya mbere nayamaze njya guhamagara umuntu, nkamuhamagara izina rye. Nawe yitwaga Cecile.*
- *Ihangane, birambabaje nanjye. Ese nawe yitwaga Cecile?*
- *Nkikubona bwa mbere rero, nabaye nkigukubita amaso, mbona ishusho ya Cecile na nyina zingarutse mu maso. Maze numva rwa rukundo rwose namukundaga rwose ruragarutse, kubera ukuntu musa ndetse n'amazina mwitiranwa* (ndimyoza).

Murasa pe! Muteye kimwe neza neza. Gusa aho mutandukaniye, nta rukundo nk'urwe ufite. Ariko ku mubiri murasa rwose. Kandi yari afite imico myiza nk'iyawe yo kwakirana urugwiro buri wese umugana, kandi amwisangaho, nta kibazo.

Urwo rukundo nashatse kurukwereka, urarwanga urutera inyoni[2] kandi rwose rwaro urukundo nyarwo rutandukanye na ruriya wakekaga. Nagukunze nnk'uko nari narakunze

---

[1] Accident, impanuka.

[2] Arupfusha ubusa.

Cecile na nyina. Urukundo rwa nyarwo rutagira ikiguzi. Ni uko abakobwa mwe muba mwitekerereza ibindi.

None se, gukundwa ni bibi? Niyo wowe wakwicecekera ukareka umuntu akagukunda.

Ubu se urashaka kugira abanzi benshi hano kuri iyi si ? Ubu ngiye kukwanga ndetse nanabikwereke. Njye iyo nanze umuntu mbishyira mu bikorwa, nkeka ko ahari aribyo washakaga.

Uko nari nabipanze byose neza neza niko byagenze. Umukobwa yahise yiyumvamo igihemu gikomeye. Kandi ni mu gihe; yari yanyandagaje cyane. Burya hari ukuntu uhakanira umuntu mu kinyabupfura, utiteranyije nawe kandi akazashiduka byararangiye. Cyakora ubanza nari muhaye isomo !

Yansabye imbabazi biratinda. Yanga kundekura ngo ngende ngo mpaka mubabariye. Ansaba imbabazi ambwira ko ngo yashutswe. Ba bavandimwe be barinze badusanga aho ndetse banamwumva arimo anyinginga. Bampuriraho bose bamusabira imbabazi, ariko bataramenya icyo twapfuye. Urumva ko igitego cy'umutwe nari nkinjije, ntabwo yari akibashije kunyandagaza mu bantu kandi bamwumvise ansaba imbabazi.

Kubera ko intego yanjye nari nyigezeho, kandi nshaka kwitahira, nageze aho imbabazi ndazimuha. Maze ansaba ko muhobera nk'iminota itanu duseka, ngo niba mubabariye mbivanye ku mutima. Maze ndabikora, abona kundekura ndagenda.

Urebye ibinezaneza natahanye, nendaga kuguruka. Nari mutsinze igitego cy'umutwe, numva nduhutse umutwaro wose. Inzira yose kugera mu rugo; sinamenye n'uko nahageze.

Nabaye nkikoza mu buriri mba ndasinziriye.Nakanguwe n'umuntu wakomangaga k'umuryango hanze bwakeye kare. Nagiye kumukingurira nsanga ni musaza we wawundi wari muto iwabo.

Nkimusuhuza ahita ampereza ibaruwa yari afite mu ntoki, arangije ati: *" ngo kandi umpe n'igisubizo "*.

Ibaruwa yose yari yayanditse ansaba imbabazi kuva ayitangira kugera ayisoza.

Maze kuyisoma, ndayizinga maze nyishyira mu mufuka w'itereningi nari nambaye, maze ndamutuma nti: *"umubwire ngo ntiyabashije guhita yandika. Ndaza kumusubiza mu mwanya maze kuruhuka."*Wa mwana muha fanta aranywa arangije mugeza ku irembo arataha.

Habaye hatarashira iminota mirongo ingahe, mbona Cecile angezeho yasaze ngo kubera iki napinze ubutumwe bwe nkanga kumusubiza. Yongera na none kunsobanurira impamvu; ko ngo ari abantu bari bajyanyeyo amagambo bashaka kuduteranya. Bakaba bari banshyizeho ibyaha ntakoze, ngo nta mukobwa n'umwe nsubiza inyuma. Ngo n'ikimenyimenyi ngo mfite abana babiri nabyaye hanze

Ati: " njye nagerageje *kubigenzura nsanga ari amagambo. None mbabarira nagukekeye ubusa.* "

Yakomeje kunyizirikaho cyane amfata ashaka no gupfukama ndamubuza. Ngeze aho musezeranya ko namubabariye mbikuye ku mutima. Arishima, noneho ansaba ko noneho twakundana tukaba inshuti nyakuri zitaryaryana, nabyo ndabimwemerera. Ariko mubwira ko imbaraga zanjye zo kumukunda zagabanutse, we ko agomba gukoresha uko ashoboye akazongera. Arabyemera,duhita duhoberana aransomagura.

Naramuherekeje mpaka iwabo. Mu byishimo byinshi, abaratira ko namubabariye, maze bose barishima.

Mu by'ukuri nibwo bwa mbere nari mwumvishemo iryo jambo ngo arifuza ko dukundana nawe. Kubera ko nabonaga asa nk'aho abibabaye cyane, nanjye niyo mpamvu namuretse, twongera gutangira bundi bushya.

Mu ntangiriro z'urukundo rushya twari dutangiye, nari mfite ubwoba. Numvaga ko ashobora kuzongera akampemukira, nk'uko yari yabigenje. Cyakora numvaga nzabanza nkamusobanuza neza, nkamenya ibya wa musore yambwiye ko yantanze igihe tuganira bwa mbere. Nkamenya niba adashaka kumuntendekeraho.

Izo mpungenge zose zahise zirangira kubera umuvuduko mwinshi yari azanye mu rukundo rushya. Ikizere kigenda cyizana gahoro gahoro, nashidutse twarakundanye.

Nta munsi w'ubusa wari ugicaho atanterefonnye. Akansura nanjye nkamusura.

Iyo yabaga yansuye twashoboragakwirirwana nk'umunsi wose, hakaba n'igihe nibagirwa ko mfite akazi. Iyo najyaga iwabo, najyaga iwabo nabaga mfashwe nk'amata y'abashyitsi; ibyo yabaga arimo byose yarabirekaga ubundi akaba ari njye yitaho, mpaka igicuku kinishye.

Nageze aho mbibwira mukuru wanjye, ansaba ko twazazana twembi tukamusura. Cecile ndabimubwira aremera, nuko dufata gahunda yo kuzajyayo.

Kuri uwo umunsi wo kujyayo wahuriranye no ku wa gatandatu, twemeranya saa munani. Nuko mukuru wanjye ndabimumenyesha n'igihe tuzahagerera. Nawe ati : " *muzaze gusa ibisigaye muzabimbaze byose.*"

Uko kutwitegura kwe, we n'umuryango we ndetse n'inshuti zabo baradutekeye, batwiteguye cyane nk'abashyitsi b'imena. Mbese iwe wagiraga ngo hagiye kubera ibindi birori bihambaye.

Buri bucye tukajyayo, nimugoroba ndangije akazi njya gusaba uruhushya mvuga ko ntazaza gukora, ariko shefu ararunyima.

Ngerageza kumubeshya bishoboka aranga neza, arantsembera. Kubera ko ku wa gatandatu twari dufite inama ikomeye cyane kandi ntagomba gusiba. Ariko ambwira ko inama izarangira kare hanyuma nkabona kujya mu byanjye.

Ntangira kwicuza impamvu nasabye uruhushya bakaba bamenye ko ntazaza. Nibura niyo mbireka nkazasiba ariko ntabibabwiye. Sinari kubura indi mpamvu nari kwireguza, nari no kubeshya ko ntaje ku kazi kubera nari ndwaye. Ariko kubera ko nari narangije kuvuga ko mfite ikibazo, iyo nsiba bari kubifata nabi.

N'ubundi ngo '*aho umutindi yanitse ntiriva*' ; ukuntu nari nakundanye na Cecile bingoye, none aho bimariye gucamo, mbe ari njye ubyica na none.

Narababaye, ngisha imitima inama, ariko mbura icyemezo mfata. Kuko iyo nama yashoboraga no gutinda ikagera nka saa kumi. Ibyo nateguye byose bikaba birapfuye, noneho ari njye biturutseho.

Nageze aho negera umusore umwe twakoranaga, maze mugisha inama. Nawe ikibazo kimubana insobe, asanga kiramurenze. Cyakora arambwira ngo nzasibe ariko nterefone menyeshe ko ndwaye ntabasha kubyuka. Kandi nzabikore mbere y'igihe.

Ati: "*kandi shefu aramutse aguhannye ariko wabimusobanuriye mbere y'igihe, ntabwo azaguhana nk'aho wasuzuguye kuko uzaba wamumenyesheje mbere y'igihe ko urwaye.*"

Numvise inama angiriye ari iyo. Mukora mu ntoki ndamushimira cyane, nanamusaba ko nawe yazungamo abonye banze kubyemera, akavuga ko twari kumwe mu masaha ya nijoro abona nsusumira nk'umuntu urwaye.

Naratashye mu rugo. Cecile sinigeze ngira icyo mubwira kuko numvaga gahunda ari ya yindi. Kandi natinyaga ko namwibutsa hanyuma ibyanjye byakwanga bakaza nko kuntwara mu nama igitaraganya, maze nkazabura ibisobanuro.

Bwaracyeye ku munsi wo kugenda. Nari niriwe mfite akantu kameze nk'ubwoba; buri kanya nikanga baje kuntwara ngo tujye mu nama. Nta n'ubwo nigeze nterefona ku kazi. Natinyaga ko shefu ashobora guhita yatsa imodoka akaza kureba uko merewe. Maze ndabihima na telefone ndayifunga kugira hatagira n'uwibeshya akanterefona.

Imodoka yo kudutwara narayikodesheje, ndetse nko mu ma saa saba yari ihageze. Nitegura vuba ngo tujye gufata Cecile iwabo. Mu kanya ko guhumbya twari tuhageze.

Nakubiswe n'inkuba nsanga Cecile ntawuhari kandi amasaha yo kugenda ageze. Nabajije ab'iwabo, bati: *"yagiye mu gitondo aherekeje na n'ubu ntaragaruka."*

Nta kindi cyari gisigaye nagombaga gukora,uretse kumutegereza. Naricaye ndategereza, buri kanya ndeba hanze buri kanya ndeba ku isaha. Saa munani n'igice ataraza. Shoferi nawe mbona agize wasiwasi kuko yabonaga ko napanitse[1] cyane.

Nageze aho ndahaguruka ndeba hanze, ndeba ngo byibura ko yaba ari kuza, ariko sinamubona. Nageze aho mfata wa musaza we muto mujyana ku ruhande maze mubaza neza aho yaba yagiye. Yansobanuriye ko yagiye mu gitondo aherekeje umusore wari waje kumusura. Mbyumvishe, umujinya uba uramfashe, mbwira shoferi ngo ahaguruke twigendere.

Twabaye tutarasohoka mu gipangu, mbona Cecile arinjiye. Ankubise amaso asanga narakaye ndareba nk'inshira. Ariyamira ambaza ngo ntiyibukaga ko twari dufitanye gahunda. Byose narabibonaga ko ari ibyo yikoraga kugira ngo ancubye uburakari yari ansanganye, hamwe n'ikimwaro we yari afite, kuko gahunda yari ayizi neza bihagije.

Yaratubwiye ngo tureke yitegure tugende. N'ubwo twari twatinze byarangiye ntacyo nkiramira, mbwira shoferi arongera araparika.

Yariteguye biratinda; imyitegure ya gikobwa urayizi, ntibajya bava mu nzira. Amake ni nk'amasaha abiri. None ho ku muntu ufite akangononwa[2] ko kugenda nawe urabyumva.

Twaramwihanganiye, ariko arashyira ararangiza. Ati : *"tugende!"* Twabaye tukigera ku modoka arongera azana andi mananiza. Ngo

---

[1] Paniquer, impungenge.
[2] Imitima ibiri, yabuze icyo akora n'icyo areka.

iwabo bababujije kujya bagenda bonyine. Ngo byibuze bajye bajyana ari batatu. Ati: *"reka mbwire n'abandi bitegure tujyane"*

Umujinya yansanganye wahise wikuba nk'inshuro eshatu. Mbwira shoferi nawe mukabukira ngo yinjire mu modoka twigendere. Nabonaga ari impamvu yo kwanga ko tujyana nta kindi yari agamije; kuko yari yabihereye kare asa nk'useta ibirenge. Kandi na none abo benewabo yavugaga ngo bamuherekeze, bari kurangiza kwitegura bwije, n'ubundi tutakigiyeyo.

Mu nzira dusubirayo shoferi ntiyigeze amvugisha. Namuhereje amafaranga ye y'ubukode bw'imodoka yose uko twari twavuganye.

Nahise mpitira mu buriri. Sinasinzira kuko byari ugupfa kurambika umusaya hasi gusa no gutekereza ku byo Cecile yari yankoreye.

Mu by'ukuri Cecile yari umuntu utamenya uko ateye; byari inshuro ya gatatu ampemukiye gutyo, anyihenuyeho kandi anyeretse ko atankunda. Icyari kimbabaje gusa, ni uko yanteshaga igihe, agatuma ntanikundanira n'abandi.

Butangiye kwira, njya kwiyahuza inzoga mu kabari kari hafi y'iwacu. Naragiye nicara njyenyine, maze ndazigotomera byo kwiyahura ariko. Kugira ngo ndebe ko ibitekerezo byagabanuka.

Naje kwibuka ko nari nafunze telefone, maze ndayifungura. Nsanga mukuru wanjye yampamagaye yambuze. Nagerageje kumuhamagara ngira ngo numve ibyo ambwira. Icyo yakoze ni ukunsomera gusa, ati: *" ntuzi ko umaze kuba umugabo koko? Urihandagaza ukabeshya abantu? Ntugire ibisobanuro utanga n'ibintu twaguze tubitegura, none bikaba biri gupfira hano ubusa. Ubwo nyine ndabihombye, nagira nte se? Aho tuzahurira uzahita ubyishyura"* maze ahita akupa telefoni.

Nahise mpaguruka n'ingoga, n'inzoga zimwe ntazishyuye, no kwa Cecile. Yarambonye aza yiruka aza kunyihobereshwa, anyereka ko nawe yababaye. Ndamuhobera byo kujijisha. Ndeba hirya no hino, nsanga nta muntu undeba. Nkuramo pisitoli nyimushyira ku gutwi kwe kw'ibumoso.

Yashatse gusakuza ndamuzibya. Musaza we yari yatubonye, ahita yirukira mu nzu n'ubwoba bwinshi. Inzu y'iwabo yari yubatse ku buryo bwa kijyambere; yari isakaje beto hejuru uruhande rw'imbere, barakoze ahantu heza hari n'intebe n'imitaka ibiri. Ku buryo umuntu yajya kuharuhukira no gufatirayo akayaga. Ni na ho twakundaga kujya kuganirira na Cecile.

Nahise mushorera muzamukanayo. Kandi nawe yari amaze kwiheba abona ko bitakiri imikino nka mbere, yagize ubwoba.

Tugezeyo ntangira kumuhata ibibazo:

- *Ceci!*
- *Karame*

- *Ni kangahe wansanze mu rugo njyenyine, ndetse ukansanga no mu cyumba?*
- *Ni kenshi...*
- *Wigeze unkekera kuba nakugirira nabi, cyangwa ngo ukeke ko nagufata ku ngufu?*
- *Oya. Mbabarira rwose sinzongera.*
- *Imbabazi ziba kwa muganga! Ndagira ngo nkwereke ko byose bishoboka, utazongera no kuntesha igihe. Kuramo imyenda yawe yose, maze nkereke ko ibyo wankekeye ko nagukorera tujyanye wenyine, n'iwanyu nabihakora. Ndagira ngo nkwereke ko mbishatse nagufata ku ngufu. Kuramo vuba ahubwo cyangwa mpite nguturitsa.*

Yavanyemo imyenda amasigamana areba hasi n'ubwoba bwinshi. Sinigeze ntegereza ko arangiza kuyivanamo. Yamaze gukuramo imyenda yose, yumvise ntakomye yubura amaso,atangara abuze aho ndigitiye .

Kwari ukumukanga gusa kuko yari amaze kundushya igihe kinini ariko ntabwo nashakaga kumufata. Sinigeze nanategereza ko akuramo imyenda yose kuko sinashakaga kumureba yambaye ubusa. Gusa nagira ngo mwereke ko kumufata bitananira.

Yarambuze arebareba hirya no hino ngo arebe ko nagiye koko, abonye atambonye arongera arambara. Ariko atararangiza kwambara nibwo abavandimwe be bamugeragaho bari kumwe na polisi batabaye. Ababonye atangira kurira cyane. Ababwira uko byagenze, ansiga icyaha, avuga ko narangije kumufata. Polisi ntiyiriwe ishidikanya; kuko n'ubundi byarigaragaza. Bamusanze acyambaye ubusa, ariko arimo yambara. Kandi ninjye wari utumye yiyambura.

Bahise bankurikira mu rugo. Nagiye gukingura umuryango bahita bankacira banta ku munigo, baba banteye ipingu[1], feri ya mbere muri gereza.

Mu gitondo shefu yari yamenye ibyanjye byose. Ahita aza aho nari mfungiwe yarakaye cyane ndetse anantuka. Ngo yari azi ko ndi intangarugero, ari njye muntu yizeraga, none reba ibyo nakoze. Nagerageje kumusobanurira, aranga ankubita inshyi arancecekesha. Ati:*"wahereye kare usiba inama. Wansabaga uruhushya rwo kujya gufata abakobwa ba bandi? Tugomba kuguhana by'intangarugero."*

Ubusanzwe umuntu witondaga iyo yibeshye agakora agakosa nk'ako, bamwigizaho nkana kugira ngo atazanongera kubirota.

Hashize igihe, dosiye irakorwa maze njya kuburana, ndatsindwa, bankatira imyaka ine. Hashize nk'amezi abiri Celine n'umugabo we Rukundo baza kunsura. Basanga naratesetse bya hatari muri gereza. Celine yarambonye ararira amarira yanga gukama. Yanyibukije ukuntu namukijije gufungwa none murumuna we

---

[1] Amapingu bafungisha ibisambo ku maboko yombi kugira ngo bitiruka cyangwa bikabarwanya.

akaba ariwe umfungishije. Yarizwaga kandi n'uko ari we waduhuje. Mugihe ari kurira, igihe cyo gusura kiba kirabarangiranye barabasohora.

Hashize iminsi mike Cecile nawe aza kunsura. Yabaye akinkubita amaso kubera ukuntu nari nari narahindanye(ubuzima bwa gereza bwarankamuye), amarira arisuka. Maze aza yiruka arampobera. Sha abarinzi bari bashinzwe kundinda nabo baduha rugari turaganira biracika. Ambwira ukuri kose ukuntu atigeze ankunda ahubwo yambeshyaga. Ansaba imbabazi z'ukuntu yampemukiye ndetse yiyemeza ko agomba kumfunguza.

Yagerageje kumfunguza baranga. Dosiye yari yararangiye nta gitangira.

Umukobwa yatashye ababaye cyane arizwa n'ukuntu yampemukiye. Cyari igisebo ku muryango wabo.

Yari anafite ubwoba ko nimfungurwa nshobora kuzamugirira nabi. Cyakora yansigiye amafaranga ibihumbi makumyabiri.

Uburoko narabukoze ndaburangiza. Mvuyemo bahita banyirukana ku kazi. Mbura byose nk'ingata imennye.

Kuva icyo gihe kugeza ubu, nsigaye mbona umukobwa nkumva ubwoba buranyishe. Nta kindi ntekereza kitari ibibazo gusa. Bya bindi bazana by'akarimi gasize umunyu, njye mpita mpungira kure. Ese gukundana byamariye iki? Uretse ibyaha nakoreyemo kandi ko nabonaga amaherezo bizanyicisha? Nta rukundo namba rukimbamo. Ahubwo nibaza amaherezo yabyo bikanyobera.

... Nseko yageze aho inkuru ze zimunanira kuzikomeza. Azisoreza aho ariko mbona ababaye cyane n'amaganya menshi, ndetse n'amarira amujenga mu maso. Nagerageje kumuhumuriza musobanurira, mubwira ko bibaho. Kandi ko buriya Imana ifite uwo yamuteganyirije. Nti: "ni byiza kugira urukundo kuko kuri iyi si ntiwabaho udakunda. Kandi mwumvishako mu gukunda habamo n'ibigeregezo."

Yambwiye ko urwe rukundo yarutanze uko ruri, ariko ko ntacyo rwamumariye, ahubwo rwari kuzamwicisha. Dutandukana ambwira ko inama zanjye azumvishe, ariko aramutse yongeye kugira undi muntu bakundana, ambwira ko ari njye uzamubera umujyanama.

NB: umuntu wese nabwiraga iyi nkuru, yaramubabazaga. Ariko nta wigeze ampa ibitekerezo, uburyo nafasha inshuti yanjye Nseko Aimable wihebye. Niyo mpamvu nanditse aka gatabo kugira ngo byibura nibimenywa n'abantu benshi, hazagire abangira inama, uburyo namufasha kuko byamuviriyemo kwiheba cyane no kwigunga. Niba hari inama watanga, ushobora kutwandikira kuri e-mail ikurikira:johak55@hotmail.com

Sinarangiza kandi ntanasabye abantu bose kwirinda guhemuka: burya iyo uhemukiye umukunzi wawe utuma atekereza byinshi kandi bitoroshye kuba yabifatira icyemezo, bikaba byatuma akora n'ibitari ngombwa ko akora, harimo no kubura ubuzima.

IHEREZO !

Made in the USA
Monee, IL
22 August 2025

24039604R00075